HỘI THOẠI TIẾNG VIỆT

越南語會話

Sách phù hợp với mọi lứa tuổi
從零開始，適合所有人的越南語學習書！

童氏容（Đồng Thị Dung） 著

陳氏蘭（Trần Thị Lan）博士 審訂

LỜI CỦA TÁC GIẢ

Nhiều năm rong ruổi trên con đường mang cái chữ, mang nét đẹp quê hương Việt Nam đến với Đảo Ngọc, tôi đã luôn phấn đấu không ngừng trong mỗi tiết dạy trên bục giảng, mỗi bài thuyết trình và cả những buổi lên lớp ở Trung tâm thiện nguyện của mình. Không những vậy, tôi đã xây dựng hệ thống những điểm trưng bày, quảng bá và giới thiệu về văn hóa, con người Việt Nam bằng những góc cảm nhận thân quen, gần gũi. Sinh ra tại vùng quê nghèo, nên hơn ai hết tôi thấu hiểu, đồng cảm với những hoàn cảnh khó khăn, luôn tâm niệm sẽ cố gắng thật nhiều để giúp đỡ người khác. Bằng khả năng của mình, tôi đã giúp những hoàn cảnh kém may mắn như: Dạy học miễn phí cho các em học sinh có hoàn cảnh khó khăn, san sẻ cùng những mảnh đời bất hạnh. Ngoài thời gian lên lớp, tôi không ngừng kết nối các nhà hảo tâm, mạnh thường quân, thâm nhập thực tế để tìm gặp những mảnh đời, những hoàn cảnh khó khăn, neo đơn. Đặc biệt, tôi quan tâm hơn cả là những em học sinh mồ côi cha mẹ, khó khăn trong học tập và kết nối đến cộng đồng.

Tôi tâm niệm, ngôn ngữ với đặc trưng của nó – gắn với nền văn hóa mà nó thuộc về sẽ là công cụ tốt nhất để bà con người Việt ở nước ngoài, hay người nước ngoài học tiếng Việt thấu hiểu nền văn hóa Việt Nam, để con người xích lại gần nhau hơn. Với mong muốn cho đi là còn mãi, tôi nỗ lực viết cuốn sách nhỏ này với hy vọng, cuốn sách sẽ mang đến cho các bạn nhiều điều lý thú về đất nước, con người Việt Nam.

自序

　　多年來走在越南語教學、推廣的路上，致力於把越南故鄉的美帶到臺灣寶島。在講台上的每一堂課、每一次演講、甚至在自己小教室的課堂上，我始終努力不懈地介紹越南的語言及文化。不僅如此，我還建立了可以展示、推廣，以及讓人能夠熟悉、親近越南和越南文化的場所。

　　出生在越南貧困農村的我，比任何人都能理解貧困者的處境。因此，總是竭盡所能地去幫助任何遭遇不幸的人，例如為生活困難的學生免費授課，以及關懷需要幫助的人。課餘時間，我也不斷地與捐助者、贊助者聯繫，並積極尋找生活有困難的人和獨居者，尤其特別關心孤兒、以及在學習和融入生活方面待援助的學生。

　　我認為，語言是充滿魅力的一種文化，學習越南語是讓海外越南人或外國人了解越南文化的最佳工具，還可藉此拉近彼此的距離。懷抱著奉獻的心情，我以分享越南一切美好事物為初衷，挑選最適合學習的內容，毫無保留地寫出《越南語會話》，希望透過本書，能夠讓更多人了解關於越南的人、事、物以及趣事。

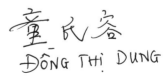

目次

HƯỚNG DẪN SỬ DỤNG SÁCH

Cuốn sách biên soạn theo từng chủ đề thiết thực trong cuộc sống, với từng chủ đề, bài học có các cấu trúc ngữ pháp, mẫu câu và các bài luyện tập để người học có thể ghi nhớ. Để thuận tiện cho người học, cuốn sách được viết dưới dạng song ngữ. Vì vậy, giáo viên khi cần có thể dùng tiếng Trung để giải thích cho học sinh. Học sinh khi không có giáo viên có thể tự học. Theo chúng tôi, điều này làm nên sự khác biệt và thực sự rất thuận tiện của cuốn sách.

Về cách sử dụng đối với giáo viên: Bắt đầu từ các chủ đề, giáo viên sẽ đặt chủ đề vào bối cảnh văn hóa của Việt Nam, khuyến khích so sánh với văn hóa sở tại để giải thích cho thấu đáo, giúp học viên có thể hiểu được một cách sâu sắc nội dung của chủ đề, từ ngôn ngữ đến văn hóa. Việc dạy từ vựng trước, mẫu câu trước hay hội thoại trước là do sự linh hoạt và chủ động của giáo viên.

Về cách sử dụng sách với học sinh: Học kèm với giáo viên là tốt nhất vì sẽ được phát âm chuẩn, hiểu sâu, bên cạnh ngôn ngữ còn có cả các vấn đề về văn hóa. Học sinh cũng có thể sử dụng sách để tự học dưới sự trợ giúp của các tài liệu điện tử khác và từ điển. Tra từ điển là một thao tác quan trọng.

Toàn bộ nội dung dạy và học đều có công thức dưới dạng song ngữ nên rất dễ nắm bắt. Hình thức đa dạng, nội dung phong phú. Các phần trong bài làm nổi bật lên đặc điểm điển hình về chức năng và tính công cụ dạy ngôn ngữ cho học sinh. Thầy cô sử dụng tài liệu dễ truyền đạt và định dạng từng bước làm cho bài dạy thêm lý thú và lôi cuốn. Sách sử dụng hình thức song ngữ để thuận tiện cho người nước ngoài học Tiếng Việt và mở rộng tìm hiểu ngôn ngữ, văn hoá Việt Nam. Nội dung sách được xây dựng với chủ đề du lịch, mua sắm, đặc sản vùng miền, tên tuổi, nghề nghiệp...

Bố cục một bài được chia làm 3 phần:

1. Mẫu câu:

Là tổng hợp các cấu trúc câu thông dụng liên quan đến chủ đề bài học. Trên thực tế, nhiều bạn học tiếng Việt được một thời gian, từ vựng và cụm từ biết rất nhiều nhưng nghe người khác nói tiếng Việt thì chưa thể hiểu được nhiều, hoặc phản ứng rất chậm. Hoặc có thể đã hiểu người khác nói nhưng không biết dùng ngôn ngữ biểu đạt lại như thế nào. Vì vậy, nếu bạn muốn giao tiếp trôi chảy hơn thì hãy cập nhật những mẫu câu thường dùng này nhé!

2. Từ vựng:

Từ vựng là đơn vị ngôn ngữ quan trọng bậc nhất để phát triển kĩ năng nói và viết Tiếng Việt. Lượng từ vựng tỷ lệ thuận với khả năng sử dụng tiếng Việt của bạn, ở cả bốn kỹ năng: nghe, nói, đọc, viết. Do vậy, hãy nỗ lực nạp từ vựng bạn nhé. Và khi nạp từ vựng, hãy hiểu thật rõ nghĩa và các bối cảnh sử dụng của nó nhé!

3. Luyện tập:

Luyện theo các mẫu câu: Bài luyện này giúp học sinh ghi nhớ bài nhanh, giúp cho việc tiếp thu bài được hiệu quả, giúp cho việc áp dụng vào thực tế không bị nhầm lẫn ngữ nghĩa và bối cảnh sử dụng.

Luyện tập chung: Hình thức bài tập đa dạng, bài tập bám sát các mẫu câu trong bài để học sinh tham khảo thêm, ghi nhớ thêm cho bài đã học. Việc luyện tập là không thể thiếu nếu các bạn thực sự mong muốn ngày càng học tiếng Việt tốt hơn, ngày càng thấu hiểu hơn văn hóa Việt Nam. Hy vọng cuốn sách sẽ là người bạn thân thiết, đồng hành trên mọi bước đường với thầy cô và học trò, giúp cho chặng đường chinh phục tiếng Việt bớt đi phần gian nan, gia tăng phần lý thú. Trong quá trình biên soạn có điều gì thiếu sót, mong bạn đọc gần xa, góp ý, chia sẻ và cảm thông.

Chúc các bạn học tập vui vẻ

如何使用本書

　　本書每一課的會話內容，都根據越南實際生活中的話題編寫，而每個會話都搭配有詞彙、文法結構、句型和練習，以達到讓讀者好記、好學習的目的。此外，為了讓學習者能迅速掌握學習內容，所有的會話、詞彙、文法及例句皆採用越／中對照的形式編寫，以便教師在必要時可以使用中文向學生做解說，而就算沒有老師的帶領，學習者也可以運用本書自學。相信以上的本書特色，必能帶領大家循序漸進地學好越南語。

教師使用：

　　每一課的會話主題，皆以越南大小事為背景，教師可藉此鼓勵學習者進行文化比較。接著，請教師深入講解詞彙及文法，幫助學習者一步一步地扎下基礎，同時學習語言及認識文化。最後透過例句及會話的教學，藉由教師的靈活性和主動性，帶領學習者打下越南語聽、說、讀、寫的根基。

學生使用：

　　由於本書有越／中對照，單字、文法的解析也淺顯易懂，所以學習者只要搭配本書的音檔，再借重辭典等輔助工具，依照自己的學習步驟，必能達到自學的效果。

音檔

　　全書會話、詞彙及例句皆有標準越南語朗讀音檔，搭配課本學習，讓自己隨時沉浸在全越南語的環境，便能自然而然學好生活越南語。

會話

　　會話內容皆以越南為背景，含括旅遊、購物、地域特產、人名、職業等，既貼近實際生活，還能藉此了解越南文化。只要熟悉會話內容，就能實際應用。

詞彙

　　詞彙是培養外語口說及寫作能力最重要的語言單位。本書每一課不僅羅列會話中的生詞，還整理出相關單字，相信在增加詞彙量的同時，也能掌握其合適的使用環境。

文法

　　從會話內容中彙整 3～5 個相關文法，用淺顯易懂的說明，帶您輕鬆掌握句型結構。

例句

　　依據文法編寫的相關例句，能一目了然立即掌握句型結構，並學習更多詞彙。

練習

　　練習題形式多元，不僅能有效記憶所學內容，還能同步訓練聽、說、讀、寫四大技能，了解自己的理解程度。

附錄

　　將全書單字，以及越南語「子音＋母音」、「母音＋尾音」、「母音組合」整理成表格，方便隨時翻閱複習。

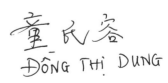

如何掃描 QR Code 下載音檔

1. 以手機內建的相機或是掃描 QR Code 的 App 掃描封面的 QR Code。

2. 點選「雲端硬碟」的連結之後，進入音檔清單畫面，接著點選畫面右上角的「三個點」。

3. 點選「新增至「已加星號」專區」一欄，星星即會變成黃色或黑色，代表加入成功。

4. 開啟電腦，打開您的「雲端硬碟」網頁，點選左側欄位的「已加星號」。

5. 選擇該音檔資料夾，點滑鼠右鍵，選擇「下載」，即可將音檔存入電腦。

Bài 1
Bạn tên là gì?

第 1 課　你叫什麼名字？

▶ MP3-01

Hà: Chào bạn.

阿河：你好！

Nam: Chào bạn. Bạn tên là gì?

阿南：妳好！妳叫什麼名字？

Hà: Tôi tên là Hà. Còn bạn?

阿河：我叫阿河。你呢？

Nam: Tôi tên là Nam. Bạn năm nay bao nhiêu tuổi?

阿南：我叫阿南。妳今年幾歲？

Hà: Tôi 23 tuổi. Bạn làm nghề gì?

阿河：我 23 歲。你做什麼工作？

Nam: Tôi là kỹ sư điện.

阿南：我是水電師傅。

TỪ VỰNG 詞彙

bà 阿嬤、奶奶	tên 名字	chào 你好	năm nay 今年	bao nhiêu tuổi? 幾歲？
cháu 孫子	bạn 朋友	các bạn 大家	xin hỏi 請問	giáo viên 教職
Mai 阿梅	là 是	cô 小姐	nghề 職業	công nhân 工人
tôi 我	gì? 什麼？	ai 誰	cô ấy 她	công việc 工作
không 不	nói 說	muốn 想	ai 誰	thường thường 常常

Bạn nói thế nào khi muốn:
Chào; hỏi tên, tuổi, nghề nghiệp của một ai đó?

你應該怎麼說：問候；詢問名字、年齡、職業。

1. Chào ＋主詞
2. Tên ＋主詞＋ là gì? / 主詞＋ tên là gì?
3. 主詞＋ bao nhiêu tuổi?
4. 主詞＋ làm nghề gì? / Công việc của ＋主詞＋ là gì?

MẪU CÂU 例句

---

1. **Chào** ＋主詞

你好！

▶ MP3-03

Chào anh

哥哥好！／你好！

Chào chị

姊姊好！／妳好！

Chào em

弟弟（妹妹）好！／你（妳）好！

Chào các bạn

大家好！

---

2. 問：**Tên** ＋主詞＋ **là gì?** ／主詞＋ **tên là gì?**

你叫什麼名字？

答：**Tên** ＋主詞＋ **là** ＋名字／主詞＋ **tên là** ＋名字．

我的名字是……。

▶ MP3-04

A: **Tên** cô **là gì?**

妳叫什麼名字？

B: **Tên** tôi **là** Dung.

我叫容容。

A: Cháu **tên là gì?**

妳叫什麼名字？

B: Cháu **tên là** Mai ạ!

我叫阿梅！

3. 問：主詞＋ **bao nhiêu tuổi?**
　　 你幾歲？

　 答：主詞＋年齡＋歲 .
　　 我……歲。

▶ MP3-05

A: Anh **bao nhiêu tuổi?**
　 你幾歲？

B: Tôi 41 tuổi.
　 我 41 歲。

A: Xin hỏi, cô năm nay **bao nhiêu tuổi?**
　 請問，妳今年幾歲？

B: Dạ, năm nay em 18 tuổi ạ.
　 我今年 18 歲。

4. 問：主詞＋ **làm nghề gì?** / **Công việc của** ＋主詞＋ **là gì?**
   你的職業是什麼？/ 你的工作是什麼？

   答：主詞＋ **là** ＋職業.
   我是……。

▶ MP3-06

A: **Cô làm nghề gì?**
   妳的職業是什麼？

B: Tôi **là** giáo viên
   我是教師。

A: **Công việc của** chị **là gì?**
   妳的工作是什麼？

B: Tôi **là** công nhân.
   我是工人。

1. **Dựa theo mẫu hoàn thành các câu sau.**
   請參考範例並完成以下句子。

   Chào em!
   弟弟（妹妹）好！／你（妳）好！

   a. anh   **e.** bà

   b. chị   **ê.** cô

   c. ông   **g.** chú

   d. bác   **h.** thím

   đ. cậu   **i.** mợ

2. Dựa theo mẫu hoàn thành hội thoại.

請參考範例並完成以下對話。

對話（1）

▶ MP3-07

A: Tên anh là gì?
你叫什麼名字？

B: Tên tôi là **Nam.**
我叫阿南。

a. Việt   **d.** Lan   **ê.** Mỹ

b. Nam   **đ.** Nhật   **g.** Đài

c. Thái   **e.** Đức   **h.** Loan

對話（2）

▶ MP3-08

A: Anh bao nhiêu tuổi?
你幾歲？

B: Tôi **23 tuổi**.
我 23 歲。

a. 22 tuổi   **d.** 18 tuổi

b. 28 tuổi   **đ.** 60 tuổi

c. 20 tuổi   **e.** 45 tuổi

對話（3）

► MP3-09

A: Anh làm nghề gì?
你做什麼工作？

B: Tôi là **kỹ sư**.
我是工程師。

a. giáo viên

d. học sinh

b. sinh viên

đ. công an

c. bác sĩ

e. y tá

3. **Điền từ gợi ý vào chỗ trống.**

   請利用列出的詞彙完成句子。

là	bạn	năm nay	giáo viên	thợ điện
cô	ông	bác sĩ	bao nhiêu	công nhân

   a. Tên _____ là gì?

   b. _____ làm nghề gì?

   c. Tôi _____ giáo viên. Còn _____ ?

   d. Ông ấy là _____.

   đ. Tôi _____ 43 tuổi.

   e. Anh là _____ phải không?

   f. Cô _____ tuổi?

4. Tự giới thiệu theo mẫu sau.

請利用下列範例自我介紹。

- Chào _____!

- Tôi tên là _____.

- Năm nay tôi _____.

- Tôi là _____.

- Tôi hiện đang sống ở _____.

- Tôi rất vui được làm quen với _____.

- Tạm biệt _____.

5. Bài đọc
閱讀

▶ MP3-10

Cô ấy là người Việt Nam
她是越南人

Sáng nay, Lan đến trung tâm Hướng Nam học tiếng Việt. Cô giáo của Lan tên là Dung. Cô ấy là người Việt Nam. Năm nay, cô ấy 42 tuổi. Cô ấy sống ở Đài Nam hơn 20 năm rồi. Mỗi khi gặp cô, cô thường nói: "Chào em". Lan rất yêu quý cô giáo và thích học môn tiếng Việt.

今早，阿蘭去南向中心學習越南語。阿蘭的老師名叫容容。她是越南人。今年，她42歲。她住在臺南20多年了。每次見到她，她常說：「你好」。阿蘭非常愛她的老師和喜歡學習越南語。

南向學習越語課程

（1）閱讀

（2）請依據上列短文內容，回答以下問題。

   a. Lan học tiếng Việt ở đâu?

   b. Cô giáo của Lan tên là gì? Cô ấy là người nước nào?

   c. Cô Dung năm nay bao nhiêu tuổi ?

   d. Cô Dung đã ở Đài Loan 30 năm, phải không?

   đ. "Chào em" là câu nói cô Dung thường sử dụng khi nào?

6. Tập viết
習寫

a. tôi

---

b. cô

---

c. anh

---

d. chị

đ. em

Bài 2
Cô là giáo viên phải không?

第 2 課　妳是教師嗎？

▶ MP3-11

Anh Lâm: Cô là giáo viên phải không?

林大哥：您是教師嗎？

Cô Dung: Vâng! Tôi là giáo viên tiếng Việt.

容容老師：是的！我是越南語老師。

Anh Lâm: Ồ, vậy à! Cô dạy tiếng Việt ở trường nào?

林大哥：哦！是喔。您在哪所學校任教越南語？

Cô Dung: Tôi dạy Tiếng Việt tại các trường Đại học cộng đồng. Còn anh?

容容老師：我在多所社區大學任教。您呢？

Anh Lâm: Tôi dạy tiếng Anh. Vậy chúng ta là đồng nghiệp rồi.

林大哥：我教英文。那我們是同事了。

TỪ VỰNG 詞彙

tôi 我	dạy 教	kỹ sư 工程師	chúng ta 我們
ở/tại 在	cũng 也	cô （女）老師	giáo viên 教師
đến 到	khoảng 大概	sân bay 機場	Tiếng Việt 越南語
xa 遠	bao lâu 多久	bưu điện 郵局	khoảng cách 距離
từ 從	bao xa 多遠	bảo hiểm 保險	đồng nghiệp 同事
rồi 了	cây số 公里	quản lý 管理	Đại học cộng đồng 社區大學

NGỮ PHÁP 文法

Bạn nói thế nào khi muốn:
Hỏi nghề nghiệp, khoảng cách, thời gian?

你應該怎麼說：詢問職業、距離、時間。

1. 主詞＋ làm nghề gì?
2. 主詞＋ là ＋職業＋ phải không?
3. Từ ＋出發地＋ đến ＋抵達地＋ bao xa?
4. 交通工具＋ từ ＋出發地＋ đến ＋抵達地 mất bao lâu?

1. 問：主詞＋ **làm nghề gì?**
　　……做什麼工作？

答：**Tôi là**……
　　我是……。

▶ MP3-13

A: Anh **làm nghề gì?**
　你做什麼工作？

B: **Tôi là** giáo viên tiếng Đài.
　我是閩南語老師。

A: Cô **làm nghề gì?**
　妳做什麼工作？

B: **Tôi là** bà chủ quán ăn Việt Nam.
　我是越南美食店老闆娘。

2. 問：主詞＋ **là** ＋職業＋ **phải không?**

   你是……嗎？

   答：**Phải / không phải.** 主詞＋ **là** ＋職業.

   是 / 不是。我是……。

A: Cô **là** giáo viên **phải không?**

妳是教師嗎？

B: **Phải.** Tôi **là** giáo viên tiếng Việt.

是的。我是越南語老師。

A: Anh **là** bác sĩ **phải không?**

您是醫生嗎？

B: **Không phải.** Tôi **là** cảnh sát giao thông.

不是。我是交通警察。

3. 問：**Từ** ＋出發地＋ **đến** ＋抵達地＋ **bao xa / bao lâu?**
　　從……到……多遠？

　　答：**Khoảng** ＋時間／公里數．
　　大概……小時／……公里。

▶ MP3-15

A: **Từ** sân bay Nội Bài **đến** vịnh Hạ Long **bao xa?**
從內排機場到下龍灣多遠？

B: **Khoảng** 160 ki–lô–mét.
大概 160 公里。

A: Không xa lắm nhỉ! Đi mất **bao lâu?**
不太遠耶！要多久時間呢？

B: **Khoảng** 3 tiếng lái xe.
開車大概 3 個小時。

A: **Từ** Cao Hùng đến Đài Bắc **bao xa?**
從高雄到臺北多遠？

B: **Khoảng** trên 300 cây số.
大概 300 多公里。

4. 問：交通工具＋ **từ** ＋出發地＋ **đến** ＋抵達地 (**mất**) **bao lâu?**

   搭……從……到……要多久時間？

   答：(**Mất**) **khoảng** ＋時間.

   大概……。

▶ MP3-16

A: Đi ta-xi **từ** hồ Hoàn Kiếm **đến** lăng Bác **mất bao lâu**?

搭計程車從還劍湖到國父紀念館要多久時間？

B: **Khoảng** 10 phút.

大概 10 分鐘。

A: Đi xe máy **từ** Hà Nội **đến** Hải Phòng **bao lâu**?

騎機車從河內到海防多遠？

B: **Mất khoảng** 3 tiếng.

大概要 3 個小時。

LUYỆN TẬP 練習

1. **Hoàn thành hội thoại theo mẫu.**
   請參考範例並完成下列對話。

   kỹ sư / kỹ sư điện
   工程師 / 水電師博

   ▶ MP3-17

    A: Anh là **kỹ sư** phải không?
   你是工程師嗎？

   B: Không phải. Tôi là **kỹ sư điện**.
   不是。我是水電師傅。

   giáo viên / nhân viên bưu điện
   教師 / 郵局人員

   A: Cô là **giáo viên** phải không?
   妳是教師嗎？

   B: Không phải. Tôi là **nhân viên bưu điện**.
   不是。我是郵局人員。

a. bác sĩ / y tá

b. ông chủ / giám đốc

c. công an / bộ đội

d. hiệu trưởng / thầy giáo

2. Sử dụng từ cho sẵn điền vào chỗ trống.
請利用提示的單字填空。

a. 169

A: Từ Thành phố Hồ chí Minh đến Cần Thơ bao xa?

B: Khoảng _____ cây số.

b. Sài Gòn / Đà Lạt

A: Từ _____ đến _____ bao xa?

B: Khoảng 329 km.

c. 3 tiếng

A: Lái xe từ Hà Nội đến Hải Phòng mất bao lâu?

B: Khoảng _____

d. Hải Dương / Hưng Yên

A: Từ _____ đến _____ gần hay xa?

B: Không xa, khoảng 1 tiếng lái xe.

đ. Cà Mau / 8 tiếng / Vũng Tàu

A: Từ _____ đến _____ mất bao lâu?

B: Khoảng _____ lái xe.

3. Dùng thông tin cho sẵn, trả lời câu hỏi theo mẫu.
請參考範例並利用提示的詞彙完成以下對話。

👤 **A: Từ nhà anh đến trường bao xa ? (5 km)**
從你家到學校多遠？

💬 **B: Khoảng 5 km.**
大概 5 公里。

a. Anh làm nghề tự do phải không? (không / công nhân)

....

b. Cô bán đồ ăn Việt Nam à? (Đúng / 7 năm rồi)

....

c. Vợ anh là người Việt đúng không ? (phải)

....

d. Khoảng cách từ nhà anh đến nơi làm việc bao xa? (20 km)

....

4. Bài đọc

閱讀

▶ MP3-18

Ninh Bình – một lựa chọn du lịch cuối tuần lý tưởng.

寧平－週末旅行理想的選擇

Cách Hà Nội khoảng 100 cây số, Ninh Bình là lựa chọn phù hợp với những du khách không có nhiều thời gian nhưng muốn khám phá thiên nhiên hùng vĩ. Tràng An, Bái Đính, Hoa Lư... là những địa danh mà du khách nước ngoài rất hứng thú. Từ Hà Nội, bạn có thể bắt xe khách tại bến xe Giáp Bát hoặc đặt xe Limousine đến Ninh Bình. Chi phí đi từ Hà Nội đến Ninh Bình từ 100.000 - 150.000 đồng, thời gian di chuyển khoảng 2 giờ đồng hồ...

寧平距離河內約 100 公里，對於時間不多但想要探索雄偉大自然的遊客來說是一個合適的選擇。長安、白亭、華閭……都是外國遊客非常感興趣的地方。從河內出發，您可以在甲八站搭客運或預訂豪華巴士前往寧平。從河內往寧平的車費為 100,000 - 150,000 越幣，移動時間約為 2 小時……

（1）閱讀

（2）請依據上列短文內容，回答以下問題。

a. Từ Hà Nội đến Ninh Bình bao xa?

b. Kể tên các địa danh khách nước ngoài thích?

c. Có thể di chuyển bằng những cách nào đến Ninh Bình?

d. Cần bao nhiêu thời gian để từ Hà Nội đến Ninh Bình?

đ. Tiền vé đi từ Hà Nội đến Ninh Bình là: ......

5. Cho bài ca dao sau.

越南歌謠。

▶ MP3-19

Rủ nhau chơi khắp Long Thành

互相邀請一起玩龍城（河內首都的舊名）

Ba mươi sáu phố rành rành chẳng sai

三十六條街道清晰無誤

Hàng Bồ, Hàng Bạc, Hàng Gai

博街、銀街、繩街

Hàng Buồm, Hàng Thiếc, Hàng Hài, Hàng Khay

帆街、錫街、鞋街、托盤街

（1）請閱讀 2 次。

（2）請根據「ba mươi sáu (36)」造句。

Bài 3
Bạn sống ở đâu?

第 3 課　你住在哪裡？

▶ MP3-20

Hoàng: Hải sống ở đâu?

阿黃：阿海，你住在哪裡？

Hải: Mình sống ở thành phố Hồ Chí Minh, nhưng quê mình Cà Mau. Còn quê Hoàng ở đâu vậy?

阿海：我住在胡志明市，但我的家鄉在金甌。那阿黃的家鄉在哪裡呢？

Hoàng: Tớ là người Kiên Giang, nhưng tớ sống và làm việc ở nước ngoài.

阿黃：我是堅江人，但我住和工作都是在國外。

Hải: Ồ! Hoàng đang sinh sống ở nước nào?

阿海：喔！你正住在哪個國家？

Hoàng: Tớ sống ở Hàn Quốc.

阿黃：我住在韓國。

▶ MP3-21

đẹp 漂亮	đi 走 / 去	hẹp 窄	(sinh) sống 生活
sẽ 會	tầng 樓	phong cảnh 風景	chung cư 公寓
quê 故鄉	rộng 寬	nông thôn 鄉下	cầu thang 樓梯
ở đâu? 在哪？	chật 擠	thành phố 城市	phòng khách 客廳

Bạn nói thế nào khi muốn:
Hỏi nơi làm việc, bạn muốn đi đâu, quốc tịch, phương hướng

你應該怎麼說：詢問在哪工作、去哪、國、方向。

1. 主詞＋ sống / làm việc ＋ ở đâu?
2. 主詞＋ đi đâu (đấy / vậy / thế)?
3. 主詞＋ là người nước nào?
4. Quê ＋主詞＋ ở đâu?
5. 地點＋ ở đâu

1. 問：主詞＋ **sống / làm việc ＋ ở đâu?**
   你住在哪裡？/ 你在哪裡工作？

   答：主詞＋ **sống / làm việc ở ＋**地名.
   我住在……/ 我在……工作。

▶ MP3-22

A: Chị **sống ở đâu?**
妳住在哪裡？

B: Tôi **sống ở** Hà Nội.
我住在河內。

A: Ở Việt Nam, **cô làm việc ở đâu?**
在越南，妳在哪裡工作？

B: Tôi **làm việc ở** thành phố Hồ Chí Minh.
我在胡志明市上班。

胡志明市政廳

2. 問：主詞＋ **đi đâu (đấy / vậy / thế)?**
   你要去哪裡呢？

   答：主詞＋ **đi** ＋動作 / 地點.
   我要去……。

▶ MP3-23

A: Em **đi đâu đấy?**
你要去哪裡呢？

A: Chị **đi đâu vấy?**
妳要去哪裡呢？

B: Em **đi** Đà Lạt ạ.
我要去大勒。

B: Chị **đi** tập thể dục.
我要去運動。

A: Cô **đi đâu thế?**
妳要去哪裡？

B: Cô **đi** Phú Quốc du lịch, cô đi 3 ngày.
我要去富國島旅遊，我要去 3 天。

3. 問：主詞＋ **là người nước nào?**
   你是哪國人？

   答：主詞＋ **là người** ＋國家.
   我是……人。

▶ MP3-24

👤 A: Anh **là người nước nào?**
   你是哪國人？

👤 B: Anh **là người** Đài Loan.
   我是臺灣人。

4. 問： **Quê** ＋主詞＋ **ở đâu?**
   你的故鄉在哪裡？（你是哪裡人？）

   答： **Quê** ＋主詞＋ **ở** ＋地點 **.**
   我的故鄉在……。

▶ MP3-25

👤 A: **Quê** em **ở đâu?**
   妳的故鄉在哪裡？

👤 B: **Quê** em **ở** Nha Trang.
   我的故鄉在芽莊。

5. 問：地點＋**ở đâu?**

　　……在哪裡？

　答：地點／**ở**＋方向．

　　……在……。

▶ MP3-26

A: Xin hỏi, bưu điện **ở đâu?**

請問，郵局在哪裡？

B: Bưu điện **ở** bên trái trường học.

郵局在學校的左邊。

LUYỆN TẬP 練習

1. Sắp xếp câu.
句子排列。

a. anh / ở đâu / sống / ?

b. Chị / làm việc / ở đâu / ?

c. là / người / cô / nước nào / ?

d. Đài Loan / là / người / tôi / .

đ. Tôi / không phải / là / người Trung Quốc / .

2. Dùng từ cho sẵn trả lời câu hỏi.

請利用提示的詞彙回答問題。

a. Anh sống ở đâu? (Đài Nam 臺南)

b. Cô làm việc ở đâu? (Hoa Liên 花蓮)

c. Anh là người nước nào? (Việt Nam 越南)

d. Quê em ở đâu? (Hạ Long, Quảng Ninh 下龍灣，廣寧省)

đ. Thánh địa Mỹ Sơn ở đâu? (Quảng Nam 廣南省)

e. Đà Nẵng ở miền nào của Việt Nam? (miền Trung 越南中部)

3. Chọn từ thích hợp điền vào chỗ trống.

請選擇適當的字來填空。

a. Xin hỏi, _____ là người nước nào ạ?

    a) anh   b) em   c) cháu

b. _____ quê ở đâu?

    a) ông   b) người   c) ở

c. Anh _____ vậy?

    a) đi đâu   b) đấy   c) đi

d. Quê _____ ở Hải Phòng, phải không?

    a) bác   b) ba   c) bà

4. Bài đọc

閱讀

▶ MP3-27

Hà Nội - thành phố hiện đại mà cổ kính

河內－一座現代而古老的城市

Tôi là Lan, năm nay 22 tuổi. Tôi sinh ra và lớn lên ở thủ đô Hà Nội. Hà Nội có rất nhiều điểm du lịch nổi tiếng như Hồ Hoàn Kiếm (còn gọi là Hồ Gươm), Lăng Bác, Chùa Một Cột... Nhưng, địa danh tôi thích nhất là Hồ Hoàn Kiếm. Đi một vòng quanh hồ, bạn có thể gặp nhiều lối rẽ vào các khu phố cổ, nơi ấy là một Hà Nội cổ kính của hàng ngàn năm trước. Một điều đặc biệt tôi muốn giới thiệu với các bạn là ẩm thực ở khu phố cổ rất ngon. Tôi rất yêu Hà Nội.

我叫阿蘭，今年22歲。我在首都河內出生和長大。河內有許多著名的旅遊景點，如還劍湖（又稱劍湖）、國父紀念館、一柱廟……但是，我最喜歡的地方是還劍湖。繞湖而行，可以看到許多巷口轉進入老街區，那是幾千年前的古河內。我想特別向大家介紹一件事，是老街的美食非常美味。我非常喜歡河內。

（1）閱讀

（2）請依據上列短文內容，回答以下問題。

    a. Lan năm nay bao nhiêu tuổi?

    b. Lan sinh ra ở đâu?

    c. Kể tên các điểm du lịch nổi tiếng của Hà Nội?

    d. Lan rất yêu Hà Nội, phải không?

5. 用 3 至 5 句介紹你正在住的城市 / 居住地（用說、錄音或寫下來）

| sinh ra 出生 | ngon 好吃 | lớn lên 長大 |
| hiện đại 現代 | đẹp 漂亮 | cổ kính 古勁（古老） |

Bài 4
Hôm nay thứ mấy?

第 4 課　今天星期幾？

▶ MP3-28

Đức Mạnh: Hôm nay thứ mấy?

德孟：今天星期幾？

Bích Liên: Hôm nay thứ bảy, ngày 20 tháng 11.

碧蓮：今天星期六，11 月 20 日。

Đức Mạnh: Ừ! À, Liên sinh nhật tháng này phải không?

德孟：嗯！碧蓮，妳這個月生日對嗎？

Bích Liên: Đúng rồi, em sinh ngày 14 tháng 11.

碧蓮：對啊！我的生日是 11 月 14 日。

Đức Mạnh: Vậy chúng mình sinh cùng tháng rồi.

德孟：那我們是同月出生呀！

TỪ VỰNG 詞彙

bạn 朋友	tớ/mình 我	người thân 親人	bằng tuổi 同年齡
sinh nhật 生日	sinh 出生	mời 邀請	vui vẻ 開心
ngày 日	cũng 也	tháng 月	năm 年
thổi nến 吹蠟燭	hát 唱歌	quà tặng 禮物	chụp ảnh 照相

Bài 1 / Bài 2 / Bài 3 / **Bài 4** / Bài 5

Bạn nói thế nào khi muốn:
Hỏi thứ, hỏi ngày tháng, hỏi ngày sinh
你應該怎麼說：詢問星期、日期、生日。

1. 主詞＋ sinh nhật ngày nào?
2. Thứ mấy ＋主詞＋動詞？
3. Hôm nay thứ mấy?
4. Hôm nay là ngày bao nhiêu?

MẪU CÂU 例句

1. 問：主詞＋ **sinh nhật ngày nào?**
   你的生日是哪天？

   答：主詞＋ **sinh ngày** ＋日子 .
   我的生日是……。

▶ MP3-30

A: Em **sinh nhật ngày nào?**
你生日是哪天？

B: Em **sinh ngày** 5 tháng 9 ạ.
我的生日是 9 月 5 日。

2. 問：**Thứ mấy**＋主詞＋動詞？
　　星期幾你去……？

　　答：**Thứ**＋星期.
　　星期……。

▶ MP3-31

A: **Thứ mấy** chị đi Việt Nam?
　星期幾妳去越南？

B: **Thứ** hai.
　星期一。

A: **Thứ mấy** anh đến thăm em vậy?
　你星期幾會來看我呢？

B: **Thứ** bảy.
　星期六。

3. 問：**Hôm nay thứ mấy (ạ)?**
   今天星期幾？

   答：**Hôm nay (thứ) +** 星期 **.**
   今天……。

▶ MP3-32

A: **Hôm nay thứ mấy?**
今天星期幾？

B: **Hôm nay thứ** năm.
今天星期四。

A: Anh ơi, **hôm nay thứ mấy ạ?**
哥哥，今天星期幾？

B: **Hôm nay** chủ nhật em à.
今天星期日呀！

Bài 1　Bài 2　Bài 3　**Bài 4**　Bài 5

4. 問：**Hôm nay ＋ là ngày bao nhiêu / ngày mấy tháng mấy?**
今天幾月幾日？

答：**Hôm nay (là) ngày ＋日子.**
今天……。

▶ MP3-33

A: **Hôm nay là ngày bao nhiêu?**
今天幾月幾日？

B: **Hôm nay là ngày** 20 tháng 10.
今天 10 月 20 日。

A: **Hôm nay ngày mấy tháng mấy?**
今天幾月幾日？

B: **Hôm nay ngày** mùng 8 tháng 3.
今天 3 月 8 日。

LUYỆN TẬP 練習

1. **Nhìn tranh và thực hành theo.**
   請參考範例並完成下列對話。

Tháng 7 năm 2023

Thứ tư

A: Hôm nay là thứ mấy?
今天星期幾？

▶ MP3-34

B: Hôm nay là thứ tư.
今天星期三。

A: Hôm nay ngày bao nhiêu?
今天幾月幾日？

B: Hôm nay ngày 19 tháng 7 năm 2023.
今天是 2023 年 7 月 19 日。

Sinh ngày 19 tháng 05

Tháng 5

a.

b.

Tháng 01 năm 2023

Thứ năm

c.

Dương lịch

Tháng 7 năm 2023

2. Sắp xếp câu.

句子排列。

a. Việt Nam / anh đi / thứ mấy?

b. tôi / tháng / 25 / sinh / ngày / 5.

c. 1982 / cô ấy / sinh năm.

d. anh ấy / sinh ngày / mùng 5 / tháng 8 / cũng.

đ. thứ 7 / Đài Bắc / anh ấy / đi.

e. ngày mai/ là / thứ mấy?

ê. tháng này / tháng 9 / la

3. Điền ngày, tháng, năm theo mẫu cho sẵn.

請參考範例並完成下列句子。

19/5/1890

Ngày 19 tháng 5 năm 1890

（Ngày sinh Chủ tịch Hồ Chí Minh - 胡志明主席誕辰紀念日）

a. 08/03/1977（Ngày Quốc tế Phụ nữ - 國際婦女節）

b. 20/11/1958（Quốc tế Hiến chương các nhà giáo - 越南教師節）

c. 20/10/1930（Ngày thành lập Hội phụ nữ - 越南婦女節）

d. 10/03 âm lịch（Ngày giỗ tổ Hùng Vương - 雄王紀念日）

đ. 01/05（Ngày Quốc tế Lao động - 勞動節）

4. Bài đọc

閱讀

▶ MP3-35

Chủ tịch Hồ Chí Minh - Danh nhân văn hóa thế giới

胡志明主席 - 世界文化名人

Chủ tịch Hồ Chí Minh có tên khai sinh là Nguyễn Sinh Cung. Người Việt Nam thường gọi Chủ tịch bằng tên gọi thân thương: Bác Hồ. Bác Hồ sinh ngày 19-5-1890, ở làng Sen, Nam Đàn, Nghệ An, một tỉnh miền Trung Việt Nam. Bác Hồ là lãnh tụ thiên tài của Đảng và nhân dân Việt Nam, Anh hùng giải phóng dân tộc, Danh nhân văn hóa thế giới. Nếu bạn muốn tìm hiểu về cuộc đời Hồ Chủ tịch, tôi giới thiệu với bạn bộ phim tài liệu: Hồ Chí Minh – chân dung một con người! Có thời gian và hứng thú, bạn hãy xem nhé!

胡志明主席的本名是阮生功。越南人民常親切地稱呼主席的名字：胡伯伯。胡伯伯於 1890 年 5 月 19 日出生於越南中部義安省南壇縣金蓮村。胡伯伯是越南黨和人民的天才領袖、民族英雄、世界文化名人。如果你想了解胡志明主席的一生，我向你推薦紀錄片：胡志明─一個男人的肖像！如果您有時間和興趣，請看一下！

（1）閱讀

（2）請依據上列短文內容，回答以下問題。

    a. Tên khai sinh của Chủ tịch Hồ Chí Minh là gì?

    b. Chủ tịch Hồ Chí Minh sinh ngày, tháng, năm nào?

    c. Tên bộ phim tài liệu người viết nhắc đến là gì?

    d. Nghệ An quê Bác Hồ ở miền Nam Việt Nam, phải không?

5. Đặt câu với các từ.

運用提示詞彙並造句。

a. sinh

....

b. sinh nhật

....

c. tuổi

....

d. sống ở

....

Memo

Bài 5
Gia đình bạn có mấy người?

第 5 課　你家有幾個人？

▶ MP3-36

Duyên: Gia đình em có mấy người?

美緣：妳家有幾個人？

Hiếu: Gia đình em có 4 thành viên. Còn gia đình chị?

輝孝：我家有 4 個成員。姊姊的家庭呢？

Duyên: Gia đình chị đông lắm, 10 người cơ. Em là con thứ
       mấy trong gia đình?

美緣：我們家很多人，10 個人呢！妳是家裡排行第幾？

Hiếu: Em là con cả trong gia đình. Chị có em gái không?

輝孝：我是家裡的大姊。姊姊有妹妹嗎？

Duyên: Chị không. Chị có năm chị gái và hai anh trai. Chị là
       con út.

美緣：沒有，我有五個姊姊和兩個哥哥。我是老么。

Hiếu: Ôi, thế thì thích qúa. Gia đình chị thật đông vui.

輝孝：哦！好開心呦。您們家真熱鬧。

▶ MP3-37

có 有	mẹ 媽媽	cháu gái 孫女	cảm ơn 謝謝
chưa 還沒	bố 爸爸	thành viên 成員	vui vẻ 快樂
đã 已經	con 孩子	gia đình 家庭	thứ mấy 星期幾
nấu 煮	em gái 妹妹	hòa thuận 和樂	về nhà 回家
khóc 哭	anh trai 哥哥	quan tâm 關心	Chủ nhật 星期日

Bài 1
Bài 2
Bài 3
Bài 4
Bài 5

Bạn nói thế nào khi muốn:
Hỏi thành viên trong gia đình, tình trạng hôn nhân
你應該怎麼說：詢問家庭成員、婚姻狀況。

1. Gia đình ＋主詞＋ có mấy người?
2. 主詞＋ có ＋名詞＋ không?
3. 主詞＋ là con thứ mấy trong gia đình?
4. 主詞＋ đã ＋動詞＋ chưa?

1. 問：**Gia đình** ＋主詞＋ **có mấy người?**
 ……家有幾個人？

 答：**Gia đình** ＋主詞＋ **có** ＋數字 **.**
 ……家有……個人。

▶ MP3-38

A: **Gia đình** bạn **có mấy người?**
 你家有幾個人？

B: **Gia đình** tôi **có** 5 người .
 我家有 5 個人。

1995年~我國小時唯一張全家

2. 問：主詞＋ **có** ＋名詞＋ **không?**
   你有……嗎？

   答：主詞＋ **có** ＋名詞 / 主詞＋ **không có** ＋名詞.
   我有……。/ 我沒有……。

▶ MP3-39

A: Chị **có** anh trai **không?**
你有哥哥嗎？

B: Chị **có** một anh trai.
我有一個哥哥。

A: Cô **có** chị gái **không?**
你有姊姊嗎？

B: Tôi **không có** chị gái.
我沒有姊姊。

3. 問：主詞＋ **là con thứ mấy trong gia đình?**
   你是家裡排行第幾的孩子？

   答：主詞＋ **là con thứ** ＋數字．
   我排行……。

▶ MP3-40

A: Xin hỏi, chị **là con thứ mấy trong gia đình?**
   請問，姊姊是家裡排行第幾的孩子？

B: Tôi **là con thứ** hai trong gia đình.
   我排行第二。

Bài 1　Bài 2　Bài 3　Bài 4　Bài 5

4. 問：主詞＋ **đã** ＋動詞＋ **chưa?**
    你已……嗎？

   答：主詞＋ **đã** ＋動詞＋ **rồi** / 主詞＋ **chưa** ＋動詞．
    我已……了 / 我還沒……。

A: Chị **đã** lập gia đình **chưa?**
妳結婚了嗎？

B: Tôi **đã** lập gia đình **rồi.**
我已經結婚了。

A: Chị **đã** đi làm **chưa?**
妳去上班了嗎？

B: Tôi **chưa** đi làm. Tôi đang đưa con đến trường.
我還沒去上班。我正在送孩子去上學。

1. Hoàn thành đối thoại theo gợi ý.

請參考範例並完成對話。

▶ MP3-42

bạn / 5 người

你 / 5 個人

👤 A: Gia đình **bạn** có mấy người?

你家有幾個人？

👤 B: Gia đình tôi có **5 người**.

我家有 5 個人。

anh trai / không có

哥哥 / 沒有

👤 A: Bạn có **anh trai** không?

你有哥哥嗎？

👤 B: Tôi **không có** anh trai.

我沒有哥哥。

a. anh / 3 người

b. cô / 4 thành viên

c. em / 2 em gái

d. em gái / có

đ. chị gái / không có

2. Sắp xếp thành câu đúng.

句子排列。

a. gia đình / có / em / mấy người?

_____

b. có / anh trai / không / em?

_____

c. có / 4 người / gia đình / chị.

_____

d. tôi / 2 con trai / có.

_____

đ. anh / lập gia đình / chưa / đã?

_____

e. thứ mấy / chị / là / con / trong gia đình?

_____

ê. tôi / có / một anh trai / một chị gái / và.

_____

f. Anh ấy / con cả / là / trong gia đình.

_____

3. Chọn đáp án đúng điền vào chỗ trống.

請選擇適當的字來填空。

a. _____ là con thứ mấy trong gia đình?

    a) anh   b) đi   c) về

b. Chị _____ lập gia đình chưa?

    a) chị   b) đã   c) gia đình

c. Tôi là con _____ trong gia đình.

    a) thứ ba   b) chủ nhật   c) anh trai

d. Chị ấy _____ một con trai và một con gái.

    a) có   b) không   c) khóc

4. Bài đọc
閱讀

▶ MP3-43

Mẹ của Huệ: một người phụ nữ Việt Nam đảm đang
阿慧的母親：一位賢慧的越南女士

Gia đình Huệ có 4 người, gồm: bố, mẹ, Huệ và em gái. Bố Huệ năm nay năm mươi lăm tuổi nhưng trông bố còn trẻ và đẹp trai lắm. Mẹ Huệ năm nay 49 tuổi, là bác sĩ ở bệnh viện Bạch Mai. Mỗi khi trong nhà có người bị bệnh thì không cần phải ra ngoài khám vì mẹ sẽ khám luôn cho. Không chỉ vậy, mẹ Huệ còn rất đảm đang, mẹ luôn quan tâm đến bố và cả gia đình. Mọi việc lớn nhỏ trong nhà hầu như một tay mẹ vun vén. Mẹ Huệ nấu ăn rất ngon, món nào mẹ nấu cả nhà cũng đều thích. Gia đình Huệ lúc nào cũng hòa thuận, vui vẻ. Huệ rất yêu gia đình mình.

阿慧家有 4 個人，包括：爸爸、媽媽、阿慧和妹妹。阿慧的父親今年 55 歲了，但看起來卻非常年輕英俊。阿慧的母親今年 49 歲，是白梅醫院的醫生。每次家裡有人生病，不用外出檢查，因為媽媽會替他們看病。不僅如此，阿慧的媽媽也非常賢慧，她時時刻刻關心著爸爸和全家人。家裡的大事小事都是媽媽打理的。阿慧的媽媽做飯非常好吃，她做的每一道菜全家人都喜歡。阿慧的家庭總是其樂融融。阿慧非常愛她的家人。

（1）閱讀

（2）請依據上列短文內容，回答以下問題。

    a. Gia đình Huệ có những ai?

    b. Huệ có em trai hay có em gái?

    c. Mẹ Huệ là người như thế nào?

    d. Theo bạn, thế nào là một gia đình hoà thuận, vui vẻ?

5. **Giới thiệu về gia đình bạn hoặc một gia đình khác mà bạn biết, sử dụng từ 5-10 câu.**

用 5 至 10 句話介紹自己的家庭成員或友人的家庭成員。

6. Đặt câu với các từ.

請利用提示的詞彙造句。

a. thành viên

....

b. con cả

....

c. con út

....

7. Chọn từ thích hợp điền vào chỗ trống.

請選擇正確的答案並填入。

Gia đình tôi ___(1)___ ở Bắc Ninh. Gia đình tôi ___(2)___ 4 người: bố mẹ, chị gái và tôi. Mẹ tôi ___(3)___ kĩ sư. Bố tôi là ___(4)___ Bố tôi dạy ___(5)___ trường Đại học Sư phạm Hà Nội. Chị gái tôi ___(6)___ là Mỹ Duyên, năm nay 28 tuổi. Chị ấy công tác ở ___(7)___ Đại học Ngoại ngữ Hà Nội. Còn tôi là Tân, 23 tuổi, là ___(8)___ ở bệnh viện Bạch Mai.

1. A. ở   B. chơi   C. ăn   D. sống

2. A. Có   B. sinh   C. ra   D. lớn lên

3. A. tốt   B. là   C. làm việc   D. có

4. A. giảng viên B. quen biết   C. viết   D. chơi

5. A. ở   B. có   C. về   D. nhà

6. A. bạn   B. tên   C. yêu   D. còn

7. A. trường   B. họa sĩ   C. lái xe   D. bác sĩ

8. A. phi công   B. y tá   C. nông dân   D. học sinh

Bài 6
Em thích màu gì?

第6課　妳喜歡什麼顏色？

▶ MP3-44

Thành: Em thích màu gì?

阿成：妳喜歡什麼顏色？

Vợ : Em thích cả màu đỏ lẫn màu hồng. Còn anh?

妻子：我喜歡紅色也喜歡粉紅色。那你呢？

Thành: Anh cũng thích màu đỏ nhưng anh yêu màu vàng hơn. Vậy mình mua áo khoác màu gì cho con?

阿成：我也喜歡紅色，可是我更喜歡黃色。那我們要買什麼顏色的外套給孩子呢？

Vợ: Áo khoác màu đỏ, áo sơ mi màu trắng được không anh?

妻子：紅色外套、白色 T 恤好嗎？

Anh Thành: Ừ, tan ca chúng mình cùng đi mua nhé.

成哥：嗯嗯，下班我們一起去買喔！

TỪ VỰNG 詞彙

▶ MP3-45

màu sắc 顏色	hay 或是	du khách 旅客	không thích 不喜歡	màu đỏ đô 深紅色
tan ca 下班	thích 喜歡	trở thành 成為	sở thích 興趣	màu xanh da trời 綠色
màu nâu 灰色	lá cờ 國旗	cùng 一起	đồ chơi 玩具	chúng mình 我們
màu cam 橘色	áo khoác 外套	quen thuộc 熟悉	biểu tượng 象徵	kem 冰淇淋
màu 顏色	màu đỏ 紅色	màu tím 紫色	màu cà phê 咖啡色	màu vàng 黃色

Bạn nói thế nào khi muốn:
Nói về màu sắc, sở thích.

你應該怎麼說：談論顏色、興趣。

1. 名詞＋ màu gì?
2. 主詞＋ thích màu gì?
3. 主詞＋ thích ＋顏色＋ hay ＋顏色？

MẪU CÂU 例句

1. 問：名詞＋ **màu gì?**

……什麼顏色？

答：名詞＋顏色 .

……顏色。

▶ MP3-46

A: Chiếc áo khoác đó **màu gì?**

那件外套是什麼顏色？

B: Áo khoác đó màu xanh lá cây.

那件外套是綠色。

2. 問：主詞＋ **thích mầu gì?**

……喜歡什麼顏色？

答：主詞＋ **thích** ＋顏色 .

……喜歡……。

▶ MP3-47

A: Anh **thích màu gì?**

你喜歡什麼顏色？

B: Tôi **thích** màu vàng.

我喜歡黃色。

3. 問：主詞＋ **thích** ＋顏色＋ **hay** ＋顏色 ？
   ……喜歡……還是……？

   答：主詞＋ **thích** ＋顏色／主詞＋ **thích cả** ＋顏色＋ **lẫn**
   ＋顏色．
   ……喜歡…… 。／……喜歡……也喜歡…… 。

▶ MP3-48

A: Em **thích** màu vàng **hay** màu cam?
你喜歡黃色還是橘色？

B: Em **thích** màu cam.
我喜歡橘色。

A: Em **thích** màu cà phê **hay** màu nâu?
你喜歡咖啡色還是灰色？

B: Em **thích cả** màu cà phê **lẫn** màu nâu.
我喜歡咖啡色也喜歡灰色。

LUYỆN TẬP 練習

1. Hoàn thành hội thoại theo mẫu.
請參考範例並完成對話。

▶ MP3-49

anh / màu xanh da trời
你 / 綠色

A: **Anh** thích màu gì?
你喜歡什麼顏色？

B: Tôi thích **màu xanh da trời**.
我喜歡綠色。

chị / màu vàng hay màu cam
姊姊 / 黃色還是橘色

A: **Chị** thích **màu vàng hay màu cam**?
姊姊喜歡黃色還是橘色呢？

B: Chị thích cả màu vàng lẫn màu cam.
我喜歡黃色也喜歡橘色。

a. chị / màu tím

b. cô / không thích

c. cháu / màu đỏ đô hay xanh da trời

d. em / màu vàng hay màu tím

đ. ông / màu cà phê hay màu nâu

2. Sắp xếp thành câu đúng.

句子排列。

a. màu tím / anh / không thích.

....

b. cô ấy / thích / màu xanh / sơn nhà.

....

c. hơn / thích / màu đỏ / anh / màu đen.

....

d. em / màu gì / thích?

....

đ. đôi dép / màu trắng / em /thích.

....

e. hay / màu hồng / màu xám / em / thích?

....

3. **Chọn đáp án đúng điền vào chỗ trống.**

   請選擇適當的字來填空。

   a. Cô thích màu xanh _____ màu hồng?

   a) hay   b) cô   c) thích

   b. _____ màu gì?

   a) cái áo   b) màu hồng   c) màu xanh

   c. Lá cờ Việt Nam có _____ gì?

   a) màu   b) gì   c) áo

   d. Cháu _____ đồ chơi màu gì?

   a) thích   b) gì   c) màu

4. Bài đọc
閱讀

Kem Tràng Tiền
長前冰淇淋

Kem Tràng Tiền - thương hiệu kem đã quá quen thuộc với người dân Hà Nội và du khách gần xa. Kem Tràng Tiền được thành lập vào năm 1958 và tên gọi của nó cũng chính địa chỉ đầu tiên sản xuất và bán kem - phố Tràng Tiền. Đó cũng là lý do vì sao kem Tràng Tiền còn được đặt nhiều cái tên khác như kem Tràng Tiền since 1958, kem Tràng Tiền phố đi bộ…Cho đến nay, kem Tràng Tiền vẫn tiếp tục phát triển tại con phố Tràng Tiền, ở số 35 Tràng Tiền, Q. Hoàn Kiếm, thành phố Hà Nội.

長前冰淇淋——河內居民和遠近遊客都非常熟悉的冰淇淋品牌。長前冰淇淋成立於 1958 年，它的名稱也是第一個生產和銷售冰淇淋的地址 - 長前街。這也是為什麼長前冰淇淋也有許多其他名稱的原因，例如：長前冰淇淋 since 1958、長前冰淇淋老街……。至今，長前冰淇淋仍在長前街繼續發展，就位於河內市還劍郡長前坊 35 號。

Bài 7
Bài 8
Bài 9
Bài 10

Bài 6 Em thích màu gì? **101**

（1）閱讀

（2）請依據上列短文內容，回答以下問題。

    a. Kem Tràng Tiền còn có những tên gọi nào?

    b. Địa chỉ đầu tiên bán kem Tràng Tiền là ở đâu?

    c. Kem Tràng Tiền có lịch sử bao nhiêu năm rồi?

5. Hãy nói về.

大家聊一聊。

a. Màu sắc mà bạn yêu thích?

你喜歡的顏色是什麼？

Kể tên các đồ dùng bạn thích có màu này.

説出你使用的東西當中有沒有這顏色。

b. Món ăn mà bạn thích?

你喜歡的美食是什麼？

Khẩu vị món ăn đó như thế nào?

那道美食口味如何？

Memo

Bài 7
Tôi thích ăn phở Hà Nội.

第 7 課　我喜歡吃河內河粉。

▶ MP3-51

Kiên: Anh thích ăn phở Hà Nội. Còn Hương và Hoa thì sao?

阿建：我喜歡吃越南河粉。那阿香和阿花呢？

Hương: Em thích ăn bún bò Huế và uống trà đá nữa.

阿香：我喜歡吃順化牛肉米線還有喝冰茶。

Hoa: Mình thích ăn gỏi cuốn và uống cà phê Việt Nam.

阿花：我喜歡吃春捲和喝越南咖啡。

Kiên: Anh cũng thích uống cà phê và uống trà đá. Chúng mình cùng sở thích rồi.

阿建：我也喜歡喝咖啡和喝冰茶。我們有同樣的喜好呢。

ăn	loại	cho	bia hơi
吃	種類	給	生啤酒
uống	ly / cốc	món ăn	nước cam
喝	杯子	菜餚	柳橙汁
đá	thích	xếp số 1	cà phê trứng
冰塊	喜歡	排名第一	雞蛋咖啡
nóng	sản xuất	hương vị	cà phê muối
熱	出產	香味	鹹咖啡
uống thử	pha chế	sầu riêng	thường thường
試喝	調配	榴槤	常常

Bài 6 · Bài 7 · Bài 8 · Bài 9 · Bài 10

Bạn nói thế nào khi muốn:
Gọi món ăn, đồ uống.

你應該怎麼說：點餐。

---

1. Cho ＋人稱代名詞＋（數量）菜名 .

2. 主詞＋ muốn ăn gì?

3. 主詞＋ uống được ＋名詞＋ không?

MẪU CÂU 例句

---

1. **Cho** ＋人稱代名詞＋（數量）菜名.

   給……（數量）菜名。

▶ MP3-53

Cho tôi một tô phở.

給我一碗河粉。

Cho anh một ly cà phê.

給我一杯咖啡。

Cho tôi hai bát bún trộn.

給我兩份涼拌米線。

Cho tôi ba suất cơm sườn mang về.

給我三個排骨便當外帶。

2. 問：主詞＋ **muốn ăn gì?**

  ……想吃什麼？

  答：主詞＋ **muốn ăn** ＋菜名.

  ……想吃……。

▶ MP3-54

A: Chị **muốn ăn gì?**
  妳想吃什麼？

B: Chị **muốn ăn** phở bò.
  我想吃牛肉河粉。

3. 問：主詞＋ **uống được** ＋名詞＋ **không?**
    ……可以喝……嗎？

   答：主詞＋ **uống được / không uống được** ＋名詞.
    ……可以／不可以喝……。

▶ MP3-55

A: Anh **uống được** bia hơi **không?**
   你可以喝生啤酒嗎？

B: Anh **uống được** bia hơi.
   我可以喝生啤酒。

    A: Chị **uống được** cà phê **không?**
       妳可以喝咖啡嗎？

    B: Chị **không uống được** cà phê. Chị sợ mất ngủ.
       我不能喝咖啡。我怕睡不著。

1. **Sắp xếp thành câu đúng.**
   句子排列。

a. cho anh / me đá / hai ly.

b. cô / uống / cam nóng / cam đá / hay?

c. được / chị / uống / cà phê / không?

d. ăn gì / ba / muốn?

đ. cô / muốn / gì / uống?

e. cho / hai / em / ly / đen / đá / nhé.

2. Nhìn tranh, gọi món.

請參考例句並看圖完成點菜。

a. Cho tôi _____

給我 _____

b. Tôi ăn ở đây / Tôi mang về.

我在這邊吃 / 我外帶。

c. Tôi muốn (ít đường, nhiều sữa, không đường)

我要（少糖，多煉乳，不加糖）。

d. Tính tiền / Thanh toán / Cho tôi trả tiền.

幫我結帳。

đ. Cảm ơn.

謝謝。

cà phê	me đá
phở cuốn	bún chả
bánh xèo	bánh mì

3. Sửa thành câu đúng.

請參考範例並改成正確句子。

Cho tôi cà phê ly một.

→ Cho tôi một ly cà phê.

a. Bia anh uống được không?

b. Phở muốn tôi ăn.

c. Tôi đi uống lúc 7 giờ cà phê.

d. Em không thích trà đá uống.

đ. Cho tôi bún trộn một phần.

e. Quán ăn Việt Nam rất ngon này món ăn.

4. Bài đọc 1

閱讀 1

▶ MP3-56

Bạn đã thử cà phê trứng bao giờ chưa?

你嘗試過雞蛋咖啡了嗎？

Cà phê được xem là đồ uống số 1 trên thế giới. Việt Nam là nhà sản xuất cà phê lớn thứ 2 thế giới, sau Brazil. Các loại cà phê Việt Nam có thể được pha chế bằng nhiều cách khác nhau để tạo lên những hương vị đặc biệt như: cà phê trứng, cà phê muối, cà phê dừa... Nếu bạn đến Hà Nội, bạn hãy dành một chút thời gian đi thưởng thức cà phê trứng ở các địa bạn điểm như: Giảng Cafe, Loading T café, cà phê Phố Cổ...đảm bảo sẽ rất ấn tượng bởi sự kết hợp hài hòa của hỗn hợp kem trứng giữa lòng đỏ trứng gà, sữa đặc, đường và rượu.

咖啡被認為是世界第一大飲料。越南是世界第二大咖啡生產國，僅次於巴西。越南咖啡可以用多種不同的方式製作，並且往往具有不同於其他類型咖啡的濃鬱風味，例如：雞蛋咖啡、鹽咖啡、椰子咖啡……。如果您來到河內，請花一些時間享受雞蛋咖啡，像是在「Giang」咖啡、「Loading T」咖啡館、老街咖啡等地方。蛋黃、煉乳、糖和酒混合的蛋奶油組合，一定會給您留下深刻的印象。

（1）閱讀

（2）請依據上列短文內容，回答以下問題。

    a. Trên thế giới, cà phê Việt Nam xếp thứ mấy?

    b. Việt Nam có những loại cà phê nào?

    c. Hà Nội có những quán cà phê nổi tiếng nào ?

    d. Cái gì gây hấp dẫn và thu hút cho cốc cà phê trứng?

5. Bài đọc 2
閱讀 2

Làng gốm bát tràng
八長陶瓷村

5-1:

▶ MP3-57

Bát Tràng là một làng gốm lâu đời và nổi tiếng trong lịch sử Việt Nam. Nằm ở tả ngạn sông Hồng thuộc huyện Gia Lâm, Hà Nội, trải qua hơn 500 năm nay, Bát Tràng đã góp phần bảo tồn bản sắc văn hoá dân tộc cũng như làm tăng những giá trị văn hoá truyền thống của thủ đô Hà Nội.

八長是越南歷史上著名的古老陶藝村。八長陶瓷村位於河內嘉林區紅河左岸，500多年來，為保護民族文化特徵以及提升河內首都傳統文化做出了貢獻。

Gốm Bát Tràng từ xưa đến nay đã lưu hành trên khắp mọi miền đất nước, thậm chí ra cả nước ngoài. Sản phẩm gốm Bát Tràng như lọ lục bình, song bình, bát vẽ các tích cổ... đã được các lái thương Bồ Đào Nha, Hà Lan, Pháp... mua với số lượng lớn. Nhiều nghệ nhân Nhật Bản đã bắt chước phong cách tạo hình, nét vẽ phóng khoáng, màu men đa dạng, giản dị, mộc mạc mà sâu lắng của gốm Bát Tràng.

八長陶瓷自古以來就已流通於全國各地，甚至到國外。八長陶瓷製品如葫蘆、花瓶、畫有古代故事的碗⋯⋯被來自葡萄牙、荷蘭、法國商人大量購買。許多日本工匠會模仿八長陶瓷的造型風格、自由的畫風、豐富的釉色、簡單、古樸但深邃。

（1）閱讀後回答問題。

第一段 (5-1)：

a. Bát Tràng là làng gốm như thế nào?

b. Bát Tràng ở đâu của Hà Nội?

第二段 (5-2)：

a. Các sản phẩm nổi tiếng của Bát Tràng là gì?

b. Các lái thương của quốc gia nào được bài viết kể đến?

（2）參考文章中的詞彙，並以你的了解，寫一段 7 至 10
句的短文，介紹一種你知道的作品。

Memo

Bài 8
Tôi muốn đổi tiền Việt.

第 8 課　我想換越幣。

▶ MP3-59

Cô Trương: Chào anh! Xin hỏi, ở đây có đổi tiền không?

張主任：您好！請問，這裡可換錢嗎？

Nhân viên tiệm vàng: Chào bà! Bà muốn đổi tiền gì ạ?

銀樓員：您好！您想換成哪種錢幣呢？

Cô Trương: Tôi muốn đổi Đài tệ sang tiền Việt. Hôm nay tỷ
　　　　　　giá bao nhiêu vậy?

張主任：我想用臺幣換成越幣。今天匯率是多少呢？

Nhân viên tiệm vàng: Hôm nay tỷ giá là 780.000 VND.
　　　　　　　　　　Bà muốn đổi bao nhiêu?

銀樓員：今天匯率是 780.000 越盾。您想換多少？

Cô Trương: Tôi muốn đổi 5000 Đài tệ. Cảm ơn!

張主任：我想換 5000 臺幣。謝謝！

TỪ VỰNG 詞彙

▶ MP3-60

đổi tiền 換錢	tỷ giá 匯率	muốn 想要	nhân viên Ngân hàng 銀行員
tiền Đài 臺幣	sẽ 會	tuần sau 下星期	bao nhiêu tiền? 多少錢？
tiền Việt 越幣	vì vậy 因此	tranh thủ 趁機	một trăm nghìn 十萬
quyết định 決定	lần đầu tiên 第一次	nước ngoài 國外	một triệu 一百萬

Bài 6 · Bài 7 · **Bài 8** · Bài 9 · Bài 10

NGỮ PHÁP 文法

Bạn nói thế nào khi muốn:
Hỏi đổi tiền tệ, hỏi tỷ giá.

你應該怎麼說：詢問貨幣兌換、匯率。

---

1. 主詞＋ muốn đổi tiền.
2. Hôm nay ＋第一種貨幣＋ đổi sang ＋第二種貨幣＋ là bao nhiêu?
3. 主詞＋ muốn đổi bao nhiêu tiền?

1. 主詞＋ **muốn đổi tiền.**

......想換錢。

▶ MP3-61

Tôi **muốn đổi tiền.**
我想換錢。

Cô ấy **muốn đổi tiền.**
她想換錢。

Bài 6
Bài 7
Bài 8
Bài 9
Bài 10

2. 問：**Hôm nay** ＋第一種貨幣＋ **đổi sang** ＋第二種貨幣
   ＋ **là bao nhiêu?**

   今天……幣換成……幣，匯率是多少？

   答：**Hôm nay** ＋第一種貨幣＋ **đổi sang** ＋第二種貨幣
   ＋ **là** ＋數字.

   今天……幣換……幣，匯率是……。

▶ MP3-62

A: **Hôm nay** tiền Đài **đổi sang** tiền Việt **là bao nhiêu?**

今天臺幣換成越幣，匯率是多少？

B: **Hôm nay** tiền Đài **đổi sang** tiền Việt **là** 770.000 VND.

今天臺幣換成越幣，匯率是 770.000 越盾。

3. 問：主詞＋ **muốn đổi bao nhiêu tiền?**
   ……想換多少錢？

   答：主詞＋ **muốn đổi** ＋數字（國家幣名）.
   ……想換……（國家幣名）。

► MP3-63

A: Anh **muốn đổi bao nhiêu tiền?**
你想換多少錢？

B: Tôi **muốn đổi** 2 triệu VND.
我想換 200 萬越盾。

LUYỆN TẬP 練習

1. Hoàn thành đối thoại theo mẫu.
請參考範例並完成對話。

▶ MP3-64

tiền Đài / tiền Việt / 850.000
臺幣 / 越幣 / **850.000**

A: Hôm nay **tiền Đài** đổi sang **tiền Việt** là bao nhiêu?
今天臺幣換成越幣，匯率是多少？

B: Hôm nay tiền Đài đổi sang tiền Việt là **850.000** VND.
今天臺幣換成越幣，匯率是 850.000 越盾。

a. tiền Việt / tiền Đài / 782.000 VND

b. tiền Đô / tiền Đài / khoảng 3000 Đài tệ

c. tiền USD / tiền Việt / 2.2 triệu VND

2. Sắp xếp từ đã cho thành câu đúng.

句子排列。

a. đổi / tiền / tôi / muốn.

b. tiền Đài / bao nhiêu / hôm nay / tiền Việt / đổi sang?

c. bao nhiêu / anh / muốn đổi?

d. muốn / tôi / đổi / 10.000 Đài.

đ. Bao nhiêu / tiền Việt / đổi được / 3000 tiền Đài?

e. Bao nhiêu / đổi được / tiền Đài / một triệu tiền Việt?

3. Chọn từ đúng và điền vào chỗ trống.

請選擇適當的字來填空。

a. Tôi muốn đổi _____ Đài tệ.

    a) 3000   b) muốn   c) Đài tệ

b. Anh muốn đổi _____ tiền?

    a) bao nhiêu   b) bao nhiêu tuổi   c) tiền

c. Hôm nay tiền Đài _____ tiền Việt là bao nhiêu?

    a) là   b) đổi   c) tiền

d. Tôi _____ đổi tiền.

    a) muốn   b) đổi   c) tôi

đ. _____ muốn đổi tiền gì?

    a) ông bà   b) tiền   c) anh chị

4. Bài đọc
閱讀

▶ MP3-65

Sáng nay, tôi đi ngân hàng.
今天早上，我去了銀行。

Tuần sau, tôi sẽ đi du lịch Việt Nam. Vì vậy, sáng nay được nghỉ làm, tôi tranh thủ đi ngân hàng đổi tiền. Hôm nay tỷ giá 1000 tiền Đài đổi sang tiền Việt là 850.000 VND. Sau khi hỏi nhân viên ngân hàng về tỷ giá tiền, tôi đã quyết định đổi 5 triệu tiền Việt. Lần đầu tiên tôi đi du lịch Việt Nam và cũng là đầu tiên tôi cầm "số tiền lớn" như vậy đi nước ngoài đấy các bạn ạ!

下週，我將去越南旅行。於是我今天早上休息，趁機去銀行換錢。今天 1000 元臺幣換越盾的匯率是 850.000 VND。向銀行人員詢問了匯率後，我決定換 500 萬越盾。這是我第一次去越南旅遊，也是第一次帶這麼「大筆的錢」出國啊，各位！

（1）閱讀

（2）請依據上列短文內容，回答以下問題。

    a. Khi nào bạn ấy đi du lịch Việt Nam?

    b. Bạn ấy đã đổi bao nhiêu tiền Việt?

    c. Bạn ấy đi du lịch Việt Nam lần thứ mấy?

5. **Hoàn thành từng đoạn hội thoại sau.**

請完成對話。

a. A: Nam ơi, mình đi thăm người ốm, mình nên mua gì nhỉ?

B: Cậu nên đến _____ mua ít hoa quả.

b. A: Hà ơi, áo dài của tớ bẩn quá mà tớ không có thời gian

giặt, gần đây có _____ không?

B: Có, cách đây 500 m có tiệm bán áo dài Việt Nam đấy.

c. A: Cậu uống thuốc này đi, sẽ hết sốt.

B: Cậu mua cho tớ à? Thì ra cậu vừa đi _____ về.

Memo

Bài 9
Tôi muốn đi Việt Nam du lịch.

第 9 課　我想去越南旅遊。

▶ MP3-66

Thầy Ngô: Chào cô! Tôi muốn đi Việt Nam du lịch. Tôi muốn đặt phòng.

吳校長：您好！我想去越南旅遊，我要訂房。

Lễ tân: Chào ông! Xin hỏi, ông muốn đặt phòng như thế nào?

櫃台：您好！請問，您要訂什麼樣的房型呢？

Thầy Ngô: Tôi muốn đặt một phòng đôi. Giá phòng bao nhiêu?

吳校長：我想訂一間雙人房。房價如何呢？

Lễ tân: Vâng, giá phòng là 2 triệu một đêm ạ.

櫃台：好的，房價是 200 萬越盾一晚。

TỪ VỰNG 詞彙

▶ MP3-67

muốn 想要	lạnh 冷	nóng 熱	xe xích lô 三輪車
và 和	ban công 陽台	giá phòng 房價	có thể 可以
rất 很	xe khách 客車	mùa mưa 雨季	thời tiết 天氣
hoặc 或	đặt phòng 訂房	mùa khô 乾季	tàu cao tốc 高鐵
Miền Bắc 北部	Miền Trung 中部	Miền Nam 南部	như thế nào? 如何？

Bạn nói thế nào khi muốn:
Nói về phương tiện giao thông, giá phòng, thời tiết.

你應該怎麼說：詢問交通工具、價格、天氣。

1. Từ ＋地點＋ đến ＋地點＋ đi bằng phương tiện gì?
2. 主詞＋ muốn đặt phòng như thế nào?
3. Hôm nay thời tiết ở ＋地點＋ như thế nào?

1. 問：**Từ** ＋地點＋ **đến** ＋地點＋ **đi bằng phương tiện gì?**
   從……到……，可以搭什麼交通工具？

   答：**Có thể đi bằng** ＋交通工具.
   可以搭……。

▶ MP3-68

A: **Từ** Hà Nội **đến** Sa Pa **đi bằng phương tiện gì?**
從河內到砂壩可以搭什麼交通工具？

B: **Có thể đi bằng** xe khách hoặc ta-xi.
可以搭客運或計程車。

2. 問：主詞＋ **muốn đặt** ＋ **phòng như thế nào / loại phòng nào?**

   ……想訂什麼房型？

   答：主詞＋ **muốn đặt** ＋房型．

   ……想訂……。

▶ MP3-69

A: Ông **muốn đặt phòng như thế nào?**
您想訂什麼房型？

B: Tôi **muốn đặt** phòng có ban công.
我想訂有陽台的房間。

A: Cô **muốn đặt loại phòng nào?**
您想訂什麼房型？

B: Tôi **muốn đặt** một phòng đơn.
我想訂一間單人房。

3. 問：**Hôm nay thời tiết ở** ＋地點＋ **như thế nào?**
   今天……的天氣如何？

   答：**Hôm nay thời tiết ở** ＋地點＋天氣狀況 .
   今天……的天氣……。

▶ MP3-70

A: **Hôm nay thời tiết ở** Sài Gòn **như thế nào?**
今天西貢市天氣如何？

B: **Hôm nay thời tiết ở** Sài Gòn rất nóng.
今天西貢市天氣很熱。

1. **Sắp xếp thành câu đúng.**
   句子排列。

a. ông / như thế nào / muốn / đặt phòng?

b. một phòng đôi / tôi / muốn đặt.

c. Từ Đài Nam / đi / như thế nào / đến Đài Bắc?

d. đi bằng / hoặc /ngồi / tàu cao tốc / xe khách / có thể.

đ. Linh / muốn / đặt phòng / ở / khách sạn Hà Nội

e. hôm nay / ở / Đà Nẵng / như thế nào / thời tiết?

2. Hoàn thành đối thoại theo mẫu.

請參考範例並完成對話。

▶ MP3-71

ông / phòng đôi

您 / 雙人房

A: Tôi muốn đặt phòng.

我想訂房。

B: **Ông** muốn đặt phòng như thế nào?

您想訂什麼房型？

A: Tôi muốn đặt **phòng đôi**.

我想訂雙人房。

a. bà / phòng đơn

b. anh / phòng hai giường

c. chị / phòng gia đình

d. cô / phòng có xông hơi

đ. ông / phòng có bồn tắm.

3. Chọn đáp án đúng và điền vào chỗ trống.

請選擇適當的字來填空。

a. Miền Bắc Việt Nam _____ bốn mùa.

    a) có   b) không có

b. _____ có hai mùa.

    a) miền Nam   b) miền Bắc

c. _____ Hà Nội rất lạnh.

    a) vào mùa đông   b) vào mùa hạ

d. Mùa hè thời tiết ở Sa Pa _____ ?

    a) muà hè   b) như thế nào

đ. Từ _____ đến miền Nam đi bằng phương tiện gì?

    a) miền Trung   b) miền Nam

4. Bài đọc 1
閱讀 1

Thời tiết Việt Nam
越南的天氣

Để có thể tận hưởng những trải nghiệm tốt nhất, thời gian nên đi du lịch ở Việt Nam vào tầm giữa tháng 2 và tháng 4 hoặc giữa tháng 8 và tháng 10. Tại những thời điểm này, lượng mưa sẽ thấp và nhiệt độ sẽ rơi vào khoảng trung bình ở hầu hết các vùng. Miền Nam Việt Nam là đặc trưng của khí hậu nhiệt đới ẩm với nhiệt độ ổn định quanh năm từ 25 đến 35 °C. Có hai mùa chính: mùa mưa và mùa khô. Mùa khô kéo dài từ tháng 11 đến tháng 4, nóng hơn và ẩm hơn từ cuối tháng 2 đến tháng 4.

為了享受最佳體驗，前往越南旅遊的最佳時間是 2 月至 4 月或 8 月至 10 月之間。此時，大部分地區降雨量較低，氣溫接近平均值。越南南部屬於潮濕熱帶氣候，全年氣溫穩定在 25 至 35℃之間。有兩個主要季節：雨季和旱季。旱季從 11 月持續到 4 月，從 2 月下旬到 4 月變得更加炎熱和潮濕。

（1）閱讀。

（2）請依據上列短文內容，回答以下問題。

a. Đi Việt Nam du lịch tốt nhất khi nào?

b. Tại những thời điểm nào thì nhiệt độ các vùng ở Việt Nam sẽ đều trung bình?

c. Miền Nam Việt Nam có hai mùa chính là mùa nào?

5. Bài đọc 2

閱讀 2

▶ MP3-73

Chính phủ Việt Nam mở rộng cấp thị thực điện tử (e-visa) cho công dân tất cả quốc gia và vùng lãnh thổ trên Thế giới

越南政府將電子簽證發放範圍擴大到世界各國

5-1:

Từ 15/8/2023, Chính phủ Việt Nam mở rộng cấp e-visa cho công dân tất cả các quốc gia, vùng lãnh thổ khác trên Thế giới thay vì chỉ 80 quốc gia và vùng lãnh thổ như trước. Thời hạn tạm trú của e-visa cũng nâng từ 30 ngày lên 90 ngày. Ngoài ra, với công dân 13 quốc gia Việt Nam đơn phương miễn thị thực thời hạn tạm trú cũng được tăng từ 15 ngày lên 45 ngày. Khách du lịch từ tất cả các quốc gia và khu vực bao gồm cả Đài Loan đều đủ điều kiện để xin thị thực điện tử, như vậy khi đến Việt Nam, du khách Đài Loan sẽ tiết kiệm khá nhiều chi phí và thời gian.

從 2023 年 8 月 15 日起，越南政府多增加開放發放電子簽證給來自世界各國和地區的人，而不是像以前那樣只有 80 個國家和地區。電子簽證的停留期限也從 30 天延長至 90 天。此外，對於 13 個國家越南單方免簽的停留期限從 15 天增加到 45 天。世界各國和地區的旅客包含臺灣都符合申請電子簽證，因此臺灣旅客要前往越南就能節省許多費用和時間。

Shiela Zobel-du khách Đức, cho rằng việc cho phép công dân mọi quốc gia, vùng lãnh thổ được xin e-visa sẽ giúp họ dễ dàng hơn khi quyết định tới Việt Nam. Đức nằm trong danh sách được Việt Nam đơn phương miễn thị thực nên Zobel có thể ở lại Việt Nam tới 45 ngày hoặc 90 ngày nếu xin e-visa.

德國遊客 Shiela Zobel 表示，允許所有國家和地區申請電子簽證，將使他們更容易決定來越南。德國被列入越南單方面免簽證名單，因此 Zobel 可以在越南停留最多 45 天，如果申請電子證，則可以在越南停留最多 90 天。

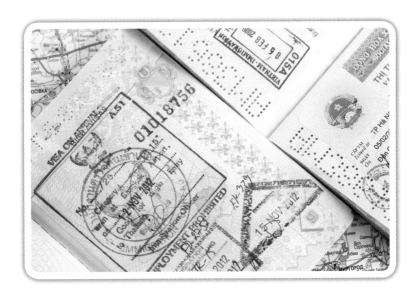

（1）閱讀（讀熟悉越南語數字）

（2）閱讀後回答問題。

    a. Chính phủ Việt Nam bắt đầu mở rộng cấp thị thực điện tử cho công dân tất cả các quốc gia, vùng lãnh thổ trên thế giới khi nào?

    b. Thời hạn tạm trú của e-visa tăng lên hay giảm đi?

    c. Công dân của bao nhiêu nước được Việt Nam đơn phương miễn thị thực?

    d. Đoạn 2 nhắc đến nước nào nằm trong danh sách được Việt Nam đơn phương miễn thị thực?

（3）習寫第 2 段。

Bài 10
Cần Thơ có những đặc sản nào?

第10課　芹苴市有哪些特產？

▶ MP3-75

Lan: Chào anh. Anh muốn mua gì ạ?

阿蘭：你好！你想買什麼呢？

Du khách: Xin hỏi, Cần Thơ có những đặc sản gì?

旅客：請問，芹苴市有哪些特產呢？

Lan: Cần Thơ có đặc sản bánh xèo, bánh tét lá cẩm và rất nhiều đặc sản khác.

阿蘭：芹苴市有月亮煎餅、茶花葉肉粽和很多其他的特產。

Du khách: Vậy chuối nếp nướng có phải là đặc sản của Cần Thơ không?

旅客：那烤糯米香蕉是芹苴市的特產嗎？

Lan: Đúng. Chuối nếp nướng là đặc sản của Cần Thơ.

阿蘭：是的。烤糯米香蕉是芹苴市的特產。

TỪ VỰNG 詞彙

▶ MP3-76

đặc sản 特產	của 的	mùa Xuân 春季	Nghệ An 義安
hạt điều 腰果	mua 買	mùa Hạ 夏季	Thủ Đức 守德市（地名）
bánh tôm 蝦餅	bán 賣	mùa Thu 秋季	chuối nếp nướng 烤糯米香蕉
kẹo dừa 椰子糖	bánh xèo 煎餅	mùa Đông 冬季	bánh tét lá cẩm 茶花葉肉粽
kẹo cu đơ 驚奇糖	lẩu cá kèo 蝦虎魚	Hà Tĩnh 河靜省（地名）	Điện Biên Phủ 奠邊府

NGỮ PHÁP 文法

Bạn nói thế nào khi muốn:
Hỏi về đặc sản, các mùa.

你應該怎麼說：詢問特產、季節。

---

1. 地名 + có những đặc sản gì?

2. 地名 + có những mùa nào?

3. 名產 + có phải là đặc sản của + 地名 + không?

MẪU CÂU 例句

1. 問：地名＋ **có những đặc sản gì?**
   ……有哪些特產？

   答：地名＋ **có** ＋名產＋名產…….
   ……有、……、……。

▶ MP3-77

A: Việt Nam **có những đặc sản gì?**
越南有哪些特產？

B: Việt Nam **có** bánh đậu xanh, hạt điều, kẹo dừa... .
越南有綠豆糕、腰果、椰子糖……。

Bài 10 Cần Thơ có những đặc sản nào? **157** ◀

Bài 6 Bài 7 Bài 8 Bài 9 **Bài 10**

2. 問：地名＋ **có những mùa nào?**
　　……有什麼季節？

　　答：地名＋ **có** ＋季節．
　　……有……。

▶ MP3-78

A: Miền Bắc Việt Nam **có những mùa nào?**
越南北部有什麼季節？

B: Miền Bắc Việt Nam **có** 4 mùa: Xuân, Hạ, Thu, Đông.
越南北部有 4 季：春、夏、秋、冬。

3. 問：名產＋ **có phải là đặc sản của** ＋地名＋ **không?**
……是……的特產嗎？

答：**Đúng / không phải,** ＋名產＋ **là / không** ＋ **phải là đặc sản của** ＋地名.
是的 / 不是，……是 / 不是……的特產。

▶ MP3-79

A: **Lẩu mắm có phải là đặc sản của** Thủ Đức **không?**
魚露火鍋是守德市的特產嗎？

B: **Đúng,** lẩu mắm **là đặc sản của** Thủ Đức.
是的，魚露火鍋是守德市的特產。

A: Hạt điều **có phải là đặc sản của** Hà Nội **không?**

腰果是河內的特產嗎？

B: **Không phải**, hạt điều **không phải là đặc sản của** Hà Nội.

不是，腰果不是河內的特產。

LUYỆN TẬP 練習

1. Hoàn thành đối thoại theo mẫu.

請參考範例並完成對話。

▶ MP3-80

Bánh đậu xanh / Hải Dương (đúng)

綠豆糕 / 海陽市（是的）

A: **Bánh đậu xanh** có phải là đặc sản của **Hải Dương** không?

綠豆糕是海陽市的特產嗎？

B: **Đúng**, bánh đậu xanh là đặc sản của Hải Dương.

是的，綠豆糕是海陽市的特產。

南部肉粽 Bánh tét lá cẩm	綠豆糕 Bánh đậu xanh	腰果 Hạt điều	烤糯米捲 Bánh nếp nướng

a. Hạt điều / Bình Phước (đúng).

b. Phở cuốn / Thành phố Hồ Chí Minh (không đúng).

c. Chả tôm / Miền Trung (đúng).

d. Cơm cháy / Ninh Bình (đúng).

đ. Bánh mì / Hội An (đúng).

2. Sắp xếp thành câu đúng.

句子排列。

a. là / đặc sản / của Vĩnh Phúc / thịt trâu.

b. phải không / gà rang mắm / là đặc sản / của Nghệ An?

c. Hà Tĩnh / kẹo cu đơ / có đặc sản.

d. muốn / mua gì / chị?

đ. Miền Bắc Việt Nam / mùa nào / có những?

e. đặc sản / cá nướng / của Điện Biên / là.

3. Hoàn thành đối thoại theo mẫu.

請參考範例並完成對話。

▶ MP3-81

Bún bề bề / Hạ Long

蝦蛄米線 / 下龍灣

A: **Bún bề bề** có phải là đặc sản của **Hạ Long** không?

蝦蛄米線是下龍灣的特產嗎？

B: Đúng, bún bề bề là đặc sản của **Hạ Long**.

是的，蝦蛄米線是下龍灣的特產。

a. Cơm lau / Hoà Bình.

b. Miền Nam Việt Nam / hai mùa.

c. Miền Trung Việt Nam / bún bò Huế.

4. Nối hai cột A và B để thành câu đúng.
請連接 A 和 B 完成對句。

A	B
Anh ấy rất chăm học ●	● nên con tôi không đeo được
Trời gió rất to ●	● nên tôi thích ăn phở vào buổi sáng
Chị Lan xinh đẹp ●	● để lên núi Fan xi păng
Tôi muốn đi Hải Phòng ●	● và rất thông minh
Phở của Việt Nam rất ngon ●	● để ăn bánh đa cua
Ba lô nặng quá ●	● nên tôi không đi chơi nữa
Tôi muốn đi Sa Pa ●	● nên anh ấy đã đạt điểm cao

5. Bài đọc
閱讀

10 món ăn đường phố Việt Nam ngon nhất do CNN bình chọn.

CNN 評選的越南十大最佳街頭小吃。

Việt Nam là một trong những nền ẩm thực được biết đến nhiều trên thế giới với sự đa dạng về hương vị, cách chế biến cũng như tính dinh dưỡng và lành mạnh. Rất nhiều món ăn Việt được Thế giới vinh danh trong các bảng xếp hạng nổi tiếng. Dưới đây là 10 món ăn Việt được khách du lịch nhắc đến và được vinh danh nhiều nhất trên các bài báo, tạp chí, kênh truyền hình nước ngoài. CNN giới thiệu đứng đầu Top 10 là món phở, tiếp đến là bún chả, xôi, bánh xèo, gỏi cuốn, bún bò Nam bộ, cao lầu, bánh mì, bột chiên và cà phê trứng.

越南是世界上最著名的美食之一，其風味、製作方法以及營養和健康都多種多樣。許多越南菜餚在世界著名的排名中獲得殊榮。以下是遊客提到的 10 道越南菜餚，以及在外國文章、雜誌和電視頻道中最受推崇的菜餚。CNN 介紹，前十名的第一道是河粉，接下來是烤肉米線、糯米、煎餅、春捲、南方牛肉米線、高樓麵、法國麵包、煎粉和雞蛋咖啡。

（1）閱讀

（2）請依據上列短文內容，回答以下問題。

    a. Có thể đến đâu để tìm được nơi rẻ nhất, ngon nhất và hiểu về ẩm thực Việt Nam?

    b. Đứng đầu Top 10 là món gì?

    c. Kể tên các món ăn đường phố của Việt Nam?

（3）運用以下詞彙造句，並介紹所在地之特色菜餚。

món ăn 食物	ngon miệng 美味	cửa hàng ăn 餐館	chế biến 加工	hấp dẫn 有吸引力

a. 造句。

_____

_____

_____

_____

b. 介紹一道你所在地方的菜餚及其特色。

_____

_____

_____

_____

Phụ lục 1

附錄 1

I. Từ vựng 詞彙

a	ai	cá	canh	cà chua	mía
ă	ăn	nhà ăn	ăn chay	răng	trái tắc
â	vâng	ẩm thực	dưa hấu	gấu bông	câu cá
b	bảo tàng	biểu tượng	bảo tồn	Bác Hồ	bá
c	cùng	ca dao	cuộc đời	công dân	cụm từ
d	dịch giả	dân tộc	du khách	du lịch	du xuân
đ	đổi vai	đơn phương	địa danh	đầu tiên	đeo
e	bé trai	bé gái	mẹ	vẽ	xem
ê	tài xế	chế biến	con dê	bờ đê	dế nồi
g	gà	gạch chân	gọi	gợi ý	gác chân
h	hưởng lợi	học viên	hội thoại	hiểu	hấp dẫn
i	ít nhất	ít qúa	quen biết	hiểu biết	hòn bi
k	kiến thức	cái kéo	cái kẹo	leo cây	nhảy dây
l	lần	lịch sử	lưu hành	lên	lau nhà
m	mang	miễn phí	món ăn	ốm	em
n	nói về	nông dân	nổi tiếng	nặng	núi
o	ong	Đài Loan	đảo	con gái	con trai
ô	ông	cá khô	ốm yếu	uống	con ốc
ơ	ơi	đi chơi	đi bơi	con rơi	nước
p	đàn piano	Sa Pa	-	-	-
q	quan sát	quán ăn	hôm qua	tốt qúa	quê mẹ
r	rẻ nhất	ra	rất	rách	ru ngủ
s	sai	sau	số	cây sáo	cây số
t	tốt nghiệp	to	tạm trú	tăng lên	tính tiền

u	đu đủ	mua	chú	củ khoai	ông chủ
ư	cười	cưới	bưng bê	đau lưng	trước
v	và	với	viết	vì sao	vui vẻ
x	xe máy	xinh đẹp	xuống	xe hơi	xe đạp
y	yêu	yêu thương	yêu cầu	ý thích	chú ý

ch	ghế biến	chăm chỉ	chọn	cho	chơi
gh	ghi chép	ghi nhớ	ghi hình	ghi âm	-
gi	giáo viên	giá trị	giảm đi	giá tiền	giáo dục
kh	không có	khi nào	khó khăn	khu	không khí
ng	ngủ	ngày	ngon nhất	bắp ngô	ngày cưới
ngh	nghỉ	nghĩ	nghe	nghe lời	nghỉ hè
nh	nhớ	trái nho	thiếu nhi	nhiều	nhi
ph	phụ nữ	phi công	pha trà	phụ nữ	phu thê
qu	quyết tâm	qúy mến	khổ qua	vượt qua	đi qua
th	thời gian	thu hút	thực tập	mùa Thu	thi
tr	trả lời	trở thành	trả tiền	trở về	tra cứu

II. Phát âm 發音

▶ MP3-84

1. Kết hợp một phụ âm với một nguyên âm 子音＋母音

	a	o	ô	ơ	e	ê	u	ư	i (y)
b	ba	bo	bô	bơ	be	bê	bu	bư	bi
c (k, q)	ca	co	cô	cơ	ce	cê	cư	cư	ki
ch	cha	cho	chô	chơ	che	chê	chu	chư	chi
d, gi	da	do	dô	dơ	de	dê	du	dư	di
đ	đa	đo	đô	đơ	đe	đê	đu	đư	đi
g, gh	ga	go	gô	gơ	ghe	ghê	gu	gư	ghi
h	ha	ho	hô	hơ	he	hê	hu	hư	hi
kh	kha	kho	khô	khơ	khe	khê	khu	khư	khi
l	la	lo	lô	lơ	le	lê	lu	lư	li
m	ma	mo	mô	mơ	me	mê	mu	mư	mi
n	na	no	nô	nơ	ne	nê	nu	nư	ni
ph	pha	pho	phô	phơ	phe	phê	phu	phư	phi
r	ra	ro	rô	rơ	re	rê	ru	rư	ri
s	sa	so	sô	sơ	se	sê	su	sư	si
t	ta	to	tô	tơ	te	tê	tu	tư	ti
th	tha	tho	thô	thơ	the	thê	thu	thư	thi
nh	nha	nho	nhô	nhơ	nhe	nhê	nhu	như	nhi
ng (ngh)	nga / nghe	ngo / nghề	ngô / nghỉ	ngơ / nghĩ	ghe / nghi	ngư / nghê	ngu	-	-
tr	tra	tro	trô	trơ	tre	trê	tru	trư	tri
x	xa	xo	xô	xơ	xe	xê	xu	xư	xi
v	va	vo	vô	vơ	ve	vê	vu	vư	vi

2. Kết hợp một nguyên âm với một phụ âm cuối 母音＋尾音

	c	m	n	t	p	ch	nh	ng
a	ac	am	an	at	ap	ach	anh	ang
ă	ăc	ăm	ăn	ăt	ăp	-	-	-
â	âc	âm	ân	ât	ât	-	-	-
e	ec	em	en	et	ep	-	-	eng
ê	-	êm	ên	êt	êp	êch	ênh	-
o	oc	om	on	ot	op	-	-	ong
ô	ôc	ôm	ôn	ôt	ôp	-	-	ông
ơ	-	ơm	ơn	ơt	ơp	-	-	-
u	uc	um	un	ut	up	-	-	ung
ư	ưc	ưm	ưn	ưt	-	-	-	ưng
i	-	im	in	it	ip	ich	inh	-

ao	eo
au	êu
ai	ua
ay	uôi
âu	ui
ây	uy
oa	ưa
oe	ươi
oi	ưi
ôi	ia
ơi	iêu

III. Thanh điệu 聲調

▶ MP3-87

Tiếng Việt có 6 thanh điệu 越南語有六個聲調					
ngang 平聲	huyền 銳聲	ngã 跌聲	hỏi 問聲	sắc 玄聲	nặng 重聲

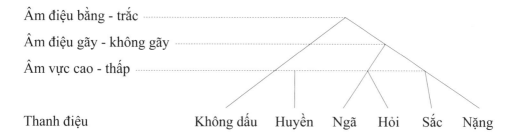

Âm điệu bằng - trắc

Âm điệu gãy - không gãy

Âm vực cao - thấp

Thanh điệu   Không dấu   Huyền   Ngã   Hỏi   Sắc   Nặng

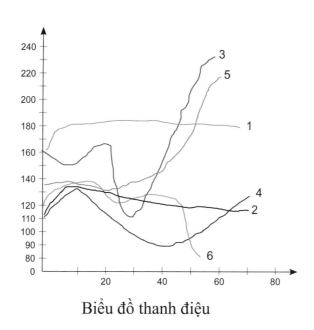

Biểu đồ thanh điệu

Memo

Phụ lục 2

附錄 2

Bài 1 Bạn tên là gì?
第 1 課 你叫什麼名字？

1. Dựa theo mẫu hoàn thành các câu sau.
請參考範例並完成以下句子。

a. Chào anh / Em chào anh (ạ!)

b. Chào chị / Em chào chị (ạ!)

c. Chào ông / Cháu chào ông (ạ!)

d. Chào bác / Cháu chào bác (ạ!)

đ. Chào cậu / Cháu chào cậu (ạ!)

e. Chào bà / Cháu chào bà (ạ!)

ê. Chào cô / Em chào cô ạ!/ Cháu chào cô (ạ!)

g. Chào chú / Cháu chào chú (ạ!)

h. Chào thím / Cháu chào thím (ạ!)

i. Chào mợ / Cháu chào mợ (ạ!)

2. Dựa theo mẫu hoàn thành hội thoại.
請參考範例並完成以下對話。

對話（1）

a. Tên anh là gì? / Anh tên là gì?
Tên tôi là Việt / Tôi tên là Việt / Anh tên là Việt.

b. Tên anh là gì? / Anh tên là gì?
Tên tôi là Nam / Tôi tên là Nam / Anh tên là Nam.

c. Tên anh là gì? / Anh tên là gì?
Tên tôi là Thái / Tôi tên là Thái / Anh tên là Thái.

d. Tên anh là gì? /Anh tên là gì?
Tên tôi là Lan / Anh tên là Lan / Tên anh là Lan.

đ. Tên chị là gì? / Chị tên là gì?
Tên tôi là Nhật / Tôi tên là Nhật / Chị tên là Nhật.

e. Tên bạn là gì? /Bạn tên là gì?

Mình tên là Đức / Tên mình là Đức / Tôi tên là Đức.

ê. Tên cô là gì? / Cô tên là gì?

Tên tôi là Mỹ / Tên cô là Mỹ / Cô tên là Mỹ.

g. Tên em là gì? / Em tên là gì?

Em tên là Đài ạ! / Tên em là Đài.

h. Tên cháu là gì? / Cháu tên là gì?

Cháu tên là Loan ạ! / Tên cháu là Loan / Cháu tên Loan ạ!

對話（2）

a. Em bao nhiêu tuổi?

Em 22 tuổi ạ!

b. Chị bao nhiêu tuổi?

Chị 28 tuổi.

c. Bạn bao nhiêu tuổi?

Tớ 20 tuổi.

d. Cháu bao nhiêu tuổi?

Cháu 18 tuổi ạ!

đ. Ông bao nhiêu tuổi ạ?

Ông 60 tuổi.

e. Anh bao nhiêu tuổi?

Anh 45 tuổi.

對話（3）

a. Cô làm nghề gì?

Tôi là giáo viên

b. Bạn làm nghề gì?

Mình là sinh viên.

c. Bà làm nghề gì ạ?

Tôi là bác sĩ.

d. Bạn làm nghề gì?

Tớ là học sinh.

đ. Chú làm nghề gì?

Chú là công an.

e. Cô làm nghề gì?

Tôi là y tá.

3. Điền từ gợi ý vào chỗ trống.
請利用列出的詞彙完成句子。

a. bạn / cô / ông

b. bạn / cô /ông

c. là、ông / bạn、cô

d. bác sĩ / giáo viên / thợ điện / công nhân

đ. năm nay

e. công nhân / giáo viên / thợ điện / bác sĩ

f. bao nhiêu

5. Bài đọc
閱讀

（2）請依據上列短文內容，回答以下問題。

a. Lan học Tiếng Việt ở Trung tâm Hướng Nam.

b. Cô giáo của Lan tên là Dung. Cô ấy là người Việt Nam.

c. Cô ấy năm nay 42 tuổi.

d. Không phải. Cô ấy ở Đài Loan hơn 20 năm rồi.

đ. «Chào em» là câu nói cô Dung thường sử dụng mỗi khi tôi gặp cô ấy.

Bài 2 Cô là giáo viên phải không?
第 2 課 妳是教師嗎？

1. Hoàn thành hôi thoai theo mâu.
   請參考範例並完成下列對話。

a. Cô là bác sĩ phải không?
   Không phải. Tôi là y tá.

b. Anh là ông chủ phải không?
   Không phải. Tôi là giám đốc.

c. Anh là công an phải không?
   Không phải. Tôi là bộ đội.

d. Thầy là (thầy) hiệu trưởng phải không?
   Không phải. Tôi là thầy giáo (thôi).

2. Sử dụng từ cho sẵn điền vào chỗ trống.
   請利用提供的提示完成對話。

a. 169

b. Sài Gòn、Đà Lạt

c. 3 tiếng

d. Hải Dương、Hưng Yên

đ. Cà Mau、Vũng Tàu、8 tiếng.

3. Dùng thông tin cho sẵn, trả lời câu hỏi theo mẫu.
   請參考範例並利用提示的詞彙完成以下對話。

a. Không, tôi là công nhân.

b. Đúng vậy. Tôi bán (đồ ăn Việt Nam) 7 năm rồi.

c. Phải, vợ tôi là người Việt.

d. Khoảng 20km.

4. Bài đọc
閱讀

（2）請依據上列短文內容，回答以下問題。

a. Khoảng 100 cây số.

b. Tràng An, Bái Đính, Hoa Lư...

c. Khoảng 2h đồng hồ.

d. 2h đồng hồ.

đ. 100.000-150.000 đồng.

5. Cho bài ca dao sau.
越南歌謠。

（2）請根據提示的詞彙造句。

Hà nội có 36 phố cổ.

Ba mươi sáu phố cổ của Hà nội rất đẹp.

Bài 3 Bạn sống ở đâu?
第 3 課 你住在哪裡？

1. Sắp xếp câu.
句子排列。

a. Anh sống ở đâu?

b. Chị làm việc ở đâu?

c. Cô là người nước nào?

d. Tôi là người Đài Loan

đ. Tôi không phải là người Trung Quốc.

2. Dùng từ cho sẵn trả lời câu hỏi.
請利用提示的詞彙回答問題。

a. Tôi sống ở Đài Nam.

b. Tôi làm việc ở Hoa Liên.

c. Tôi là người Việt Nam.

d. Quê tôi ở Hạ Long, Quảng Ninh.

đ. (Thánh địa Mỹ Sơn) ở Quảng Nam.

e. (Đà Nẵng) ở miền Trung của Việt Nam.

3. Chọn từ thích hợp điền vào chỗ trống.
選擇適當的字來填空。

a. a) anh

b. a) ông

c. a) đi đâu

d. a) bác / c) bà

4. Bài đọc
閱讀

（2）請依據上列短文內容，回答以下問題。

a. 22 tuổi

b. Thủ đô Hà nội

c. Hồ Hoàn Kiếm, Lăng Bác, chùa một cột...

d. Phải, Lan rất yêu Hà Nội.

Bài 4 Hôm nay thứ mấy?
第 4 課 今天星期幾？

1. Nhìn tranh và thực hành theo.
請參考範例並完成下列對話。

a. Bác Hồ sinh nhật ngày nào?
Bác Hồ sinh nhật ngày 19 tháng 5.

b. Hôm nay ngày bao nhiêu?
Hôm nay ngày 19 tháng 1 năm 2023

c. Hôm nay dương lịch ngày bao nhiêu?
Hôm nay ngày 14 tháng 7 năm 2023.

2. Sắp xếp câu.
句子排列。

a. Thứ mấy anh đi Việt Nam?

b. Tôi sinh ngày 25 tháng 5

c. Cô ấy sinh năm 1982

d. Anh ấy cũng sinh ngày mùng 5 tháng 8.

đ. Thứ 7 anh ấy đi Đài Bắc.

e. Ngày mai là thứ mấy?

ê. Tháng này là tháng 9.

3. Điền ngày, tháng, năm theo mẫu cho sẵn.
請參考範例並完成下列句子。

a. Ngày mùng 8 tháng 3 năm 1977

b. Ngày 20 tháng 11 năm 1958.

c. Ngày 20 tháng 10 năm 1930.

d. Ngày mùng 10 tháng 3 âm lịch.

đ. Ngày mùng 1 tháng 5.

4. Bài đọc
閱讀

（2）請依據上列短文內容，回答以下問題。

a. Nguyễn Sinh Cung

b. Ngày 19 tháng 5 năm 1890.

c. Hồ Chí Minh - chân dung một con người.

d. Không phải. Nghệ An quê Bác ở miền Trung Việt Nam.

5. Đặt câu với các từ.
運用提示詞彙並造句。

參考答案

a. Tôi sinh ra ở Việt Nam.

b. Tôi sinh nhật tháng 11.

c. Tôi tuổi Heo.

d. Tôi sống ở Đài Loan.

Bài 5 Gia đình bạn có mấy người?
第 5 課 你家有幾個人？

1. Hoàn thành đối thoại theo gợi.
   請參考範例並完成對話。

a. Gia đình anh có mấy người?
   Gia đình tôi có 3 người.

b. Gia đình cô có mấy thành viên?
   Gia đình tôi có 4 thành viên.

c. Em có em gái phải không?
   Đúng vậy, tôi có 2 em gái.

d. Bạn có em gái phải không?
   Có, tôi có em gái?

đ. Bạn có chị gái phải không?
   Không có, tôi không có chị gái.

2. Sắp xếp thành câu đúng.
   句子排列。

a. Gia đình em có mấy người?

b. Em có anh trai không?

c. Gia đình chị có 4 người.

d. Tôi có 2 con trai.

đ. Anh đã lập gia đình chưa?

e. Chị là con thứ mấy trong gia đình?

ê. Tôi có một anh trai và một chị gái.

f. Anh ấy là con cả trong gia đình.

3. Chọn đáp án đúng điền vào chỗ trống.
請選擇適當的字來填空。

a. a) Anh

b. b) đã

c. a) thứ ba

d. a) có

4. Bài đọc
閱讀

（2）請依據上列短文內容，回答以下問題。

a. Bố, mẹ, Huệ và em gái.

b. Huệ có em gái.

c. Mẹ Huệ rất đảm đang.

d. Là một gia đình...

6. Đặt câu với các từ.
請利用提示的詞彙造句。

參考答案

a. Nhà tôi có 5 thành viên.

b. Anh trai tôi là con cả trong gia đình.

c. Tôi là con út.

7. Chọn từ thích hợp điền vào chỗ trống.
請選擇正確的答案並填入。

1. D	6. A
2. A	7. B
3. B	8. A
4. A	
5. C	

Bài 6 Em thích màu gì?
第 6 課 妳喜歡什麼顏色？

1. Hoàn thành hội thoại theo mẫu.
請參考範例並完成對話。

a. Chị thích màu gì?
   Chị thích màu tím.

b. Cô thích màu xanh không?
   Không, tôi không thích màu xanh.

c. Cháu thích màu đỏ đô hay màu xanh da trời?
   Cháu thích cả màu đỏ đô và màu xanh da trời ạ.
   (Cháu thích cả hai màu ạ!)

d. Em thích màu vàng hay màu tím?
   Em thích cả màu vàng và màu tím ạ.

đ. Ông thích màu cà phê hay màu nâu?
   Ông thích cả màu cà phê và màu nâu.

2. Sắp xếp thành câu đúng.
句子排列。

a. Anh không thích màu tím.

b. Cô ấy thích sơn nhà màu xanh.

c. Anh thích màu đen hơn màu đỏ.

d. Em thích màu gì?

đ. Em thích đôi dép màu trắng.

e. Em thích màu hồng hay màu xám?

3. Chọn đáp án đúng và điền vào chỗ trống.
請選擇適當的字來填空。

a. a) Hay

b. a) Cái áo

c. a) màu

d. a) thích

4. Bài đọc
閱讀

（2）請依據上列短文內容，回答以下問題。

a. Tràng Tiền since 1958, kem Tràng Tiền phố đi bộ...

b. Phố Tràng Tiền

c. 46

Bài 7 Tôi thích ăn phở Hà Nội
第 7 課 我喜歡吃河內河粉。

1. Sắp xếp thành câu đúng.
   句子排列。

a. Cho anh hai ly me đá.

b. Cô uống cam nóng hay cam đá?

c. Chị uống cà phê được không?

d. Ba muốn ăn gì?

đ. Cô muốn uống gì?

e. Cho em hai ly đen đá nhé.

2. Nhìn tranh, gọi món.
   請參考例句並看圖完成點菜。

a. Cho tôi một ly cà phê

b. Cho tôi hai phần phở cuốn mang về.

c. Cho tôi một xuất bánh xèo.

d. Cho tôi một ly me đá ít đường.

đ. Cho chúng tôi 5 phần bún chả. Cảm ơn!

3. Sửa thành câu đúng.
   請參考範例並改成正確句子。

a. Anh uống bia được không?

b. Tôi muốn ăn phở.

c. Tôi đi uống cà phê lúc 7 giờ.

d. Em không thích uống trà đá.

đ. Cho tôi một phần bún trộn.

e. Quán ăn Việt Nam này món ăn rất ngon.

4. Bài đọc 1
閱讀 1

（2）請依據上列短文內容，回答以下問題。

a. Thứ 2

b. Cà phê trứng, cà phê muối, cà phê dừa...

c. Giảng cafe, Loading T café, cà phê Phố Cổ...

d. Hỗn hợp kem trứng

5. Bài đọc 2
閱讀 2

（1）閱讀後回答問題。

第一段（5-1）：

a. Lâu đời và nổi tiếng

b. Tả ngạn sông Hồng Gia Lâm, Hà Nội.

第二段（5-2）：

a. Lọ lục bình, song bình, bát vẽ các tích cổ...

b. Bồ Đào Nha, Hà Lan, Pháp...

Bài 8 Tôi muốn đổi tiền Việt.
第 8 課 我想換越幣。

1. Hoàn thành đối thoại theo mẫu.
請參考範例並完成對話。

a. Hôm nay tỷ giá tiền Đài đổi sang tiền Việt là bao nhiêu?
Hôm nay tỷ giá tiền Đài đổi sang tiền Việt là 782.000 đồng.

b. Hôm nay tỷ giá tiền đô đổi sang tiền Đài là bao nhiêu?
Khoảng 3000 Đài tệ.

c. Hôm nay tỷ giá tiền USD đổi ra tiền Việt là bao nhiêu?
Khoảng 2.2 triệu VND.

2. Sắp xếp từ đã cho thành câu đúng
句子排列。

a. Tôi muốn đổi tiền.

b. Hôm nay tiền Đài đổi sang tiền Việt bao nhiêu?

c. Anh muốn đổi bao nhiêu?

d. Bao nhiêu tiền Việt đổi được 3000 tiền Đài?

đ. Bao nhiêu tiền Đài đổi được một triệu tiền Việt?

e. Một triệu tiền Việt đổi được bao nhiêu tiền Đài?

3. Chọn từ đúng và điền vào chỗ trống.
請選擇適當的字來填空。

a. a) 3000

b. a) bao nhiêu

c. b) đổi

d. a) muốn

đ. a) ông bà / c) anh chị

4. Bài đọc
   閱讀

（2）請依據上列短文內容，回答以下問題。

a. Tuần sau

b. 5 triệu tiền Việt

c. Lần đầu tiên bạn ấy đi Việt Nam.

5. Hoàn thành từng đoạn hội thoại sau.
   請完成對話。

a. cửa hàng hoa quả / siêu thị

b. tiệm bán áo dài

c. hiệu thuốc

Bài 9 Tôi muốn đi Việt Nam du lịch.
第 9 課 我想去越南旅遊。

1. Sắp xếp thành câu đúng.
句子排列。

a. Ông muốn đặt phòng như thế nào?

b. Tôi muốn đặt một phòng đôi.

c. Từ Đài Nam đi đến Đài Bắc như thế nào?

d. Có thể đi bằng xe khách hoặc ngồi tàu cao tốc.

đ. Linh muốn đặt phòng ở khách sạn Hà Nội.

e. Hôm nay thời tiết ở Đà Nẵng như thế nào?

2. Hoàn thành đối thoại theo mẫu.
請參考範例並完成對話。

a. A: Tôi muốn đặt phòng.

B: Bà muốn đặt phòng như thế nào?

A: Tôi muốn đặt một phòng đơn.

b. A: Tôi muốn đặt phòng.

B: Anh muốn đặt phòng như thế nào?

A: Tôi muốn đặt phòng hai giường.

c. A: Tôi muốn đặt phòng.

B: Chị muốn đặt phòng như thế nào?

A: Tôi muốn đặt một phòng gia đình.

d. A: Tôi muốn đặt phòng.

B: Cô muốn đặt phòng như thế nào?

A: Tôi muốn đặt phòng có xông hơi.

đ. A: Tôi muốn đặt phòng

B: Ông muốn đặt phòng như thế nào?

A: Tôi muốn đặt phòng có bồn tắm.

3. Chọn đáp án đúng và điền vào chỗ trống.
請選擇適當的字來填空。

a. a) có

b. a) miền Nam

c. a) Vào mùa đông

d. b) như thế nào?

đ. a) miền Trung

4. Bài đọc 1
閱讀 1

（2）請依據上列短文內容，回答以下問題。

a. Giữa tháng Hai và tháng Tư hoặc giữa tháng Tám và tháng Mười.

b. Tháng Hai, tháng Tư, tháng Tám và tháng Mười.

c. Mùa mưa và mùa khô.

5. Bài đọc 2
閱讀 2

（2）閱讀後回答問題。

a. 2004/08/15

b. Tăng lên

c. 13

d. nước Đức

Bài 10 Cần Thơ có những đặc sản nào?
第 10 課 芹苴市有哪些特產？

1. Hoàn thành đối thoại theo mẫu.
請參考範例並完成對話。

a. A: Hạt điều có phải là đặc sản của Bình Phước không?

B: Đúng, hạt điều là đặc sản của Bình Phước.

b. A: Phở cuốn là đặc sản của Thành phố Hồ Chí Minh phải không?

B: Không phải, phở cuốn là đặc sản của Hà Nội.

c. A: Chả tôm là đặc sản của miền Trung phải không?

B: Đúng, chả tôm là đặc sản của miền Trung.

d. A: Cơm cháy là đặc sản của Ninh Bình phải không?

B: Đúng, cơm cháy là đặc sản của Ninh Bình.

đ. A: Bánh mì là đặc sản của Hội An phải không?

B: Đúng, bánh mì là đặc sản của Hội An.

2. Sắp xếp thành câu đúng.
句子排列。

a. Thịt trâu là đặc sản của Vĩnh Phúc.

b. Gà rang mắm là đặc sản của Nghệ An phải không?

c. Hà Tĩnh có đặc sản kẹo cu đơ.

d. Chị muốn mua gì?

đ. Miền Bắc Việt Nam có những mùa nào?

e. Cá nướng lá đặc sản của Điện Biên.

3. Hoàn thành hỏi đáp theo mẫu.
請參考範例並完成對話。

a. A: Cơm lau có phải là đặc sản của Hoà Bình không?

B: Đúng, cơm lau là đặc sản của Hoà Bình.

b. A: Miền Nam Việt Nam có hai mùa phải không?

B: Đúng, miền Nam Việt Nam có hai mùa.

c. A: Miền Trung Việt Nam có đặc sản bún bò Huế phải không?

B: Đúng, miền Trung Việt Nam có đặc sản bún bò Huế.

4. Nối hai cột A và B để thành câu đúng.
請連接 A 和 B 完成對句。

- Anh ấy rất chăm học, nên anh ấy đã đạt điểm cao.
- Trời gió rất to, nên tôi không đi chơi nữa.
- Chị Lan xinh đẹp và rất thông minh.
- Tôi muốn đi Hải Phòng để ăn bánh đa cua.
- Phở của Việt Nam rất ngon, nên tôi thích ăn phở vào buổi sáng.
- Ba lô nặng quá, nên con tôi không đeo được.
- Tôi muốn đi Sa Pa để lên núi Fan xi păng.

5. Đọc bài văn
閱讀

（2）請依據上列短文內容，回答以下問題。

a. Đến khu chợ dân sinh truyền thống.

b. Đứng đầu Top 10 là món phở.

c. Các món ăn đường phố của Việt Nam là: Phở, bún chả, xôi, bánh xèo, gỏi cuốn, bún bò Nam Bộ, cao lầu, bánh mì, bột chiên và cà phê trứng.